झाला अनंत हनुमंत

विजय तेंडुलकर यांची नाटके

नाटक

अशी पाखरे येती
एक हट्टी मुलगी
कमला
कन्यादान
कावळ्यांची शाळा*
कुत्रे
गिधाडे
गृहस्थ*
घरटे अमुचे छान
घाशीराम कोतवाल
चिमणीचं घरं होतं मेणाचं
चिरंजीव सौभाग्यकांक्षिणी
झाला अनंत हनुमंत
त्याची पाचवी***
दंबद्वीपचा मुकाबला
नियतीच्या बैलाला**
पाहिजे जातीचे
फूटपायरीचा सम्राट
बेबी
भल्याकाका
भाऊ मुरारराव
मधल्या भिंती
माणूस नावाचे बेट
मित्राची गोष्ट
मी जिंकलो! मी हरलो!
विठ्ठला
शांतता! कोर्ट चालू आहे
श्रीमंत
सखाराम बाइंडर
सफर**
सरी ग सरी

एकांकिका

समग्र एकांकिका : भाग १
समग्र एकांकिका : भाग २
समग्र एकांकिका : भाग ३

बालवाङ्मय

इथे बाळं मिळतात
चांभारचौकशीचे नाटक
चिमणा बांधतो बंगला
पाटलाच्या पोरीचं लगीन
बाबा हरवले आहेत
बॉबीची गोष्ट
राजाराणीला घाम हवा

अनुवादित

आधे अुरे
(मूळ लेखक : मोहन राकेश)
तुघलक
(मूळ लेखक : गिरीश कार्नाड)
मी कुमार
(मूळ लेखक : मधु राय)
लिंकन यांचे अखेरचे दिवस
(मूळ लेखक : मार्क फॉन डॉरन)
लोभ नसावा ही विनंती
(मूळ लेखक : जॉन पॅट्रिक)
वासनाचक्र
(मूळ लेखक : टेनेसी विल्यम्स)

---

* 'गृहस्थ'चे पुनर्लेखन : 'कावळ्यांची शाळा'
** ध्वनिफितीच्या रूपानेही प्रकाशित
*** मूळ इंग्रजी : His Fifth Woman (अनु. चंद्रशेखर फणसळकर)

झाला अनंत हनुमंत

विजय तेंडुलकर

पॉप्युलर प्रकाशन, मुंबई

झाला अनंत हनुमंत
(म -१०९४)
पॉप्युलर प्रकाशन
ISBN 978-81-7185-885-9

ZALA ANANT HANUMANT
(Marathi : Play)
Vijay Tendulkar

पहिली आवृत्ती : २००५ / १९२७
पुनर्मुद्रण : २०१८ / १९४०

प्रकाशक
हर्ष भटकळ
पॉप्युलर प्रकाशन प्रा. लि.
३०१, महालक्ष्मी चेंबर्स
२२, भुलाभाई देसाई रोड
मुंबई ४०००२६

अक्षरजुळणी
एच. एम. टाइपसेटर्स
११२०, सदाशिव पेठ
विद्याधर अपार्टमेंटस
निंबाळकर तालीम चौक
पुणे ४११०३०

श्री. भालचंद्र पेंढारकर
आणि
त्यांची प्रयोगशील जिद्द
यानां

प्रास्ताविक

हे नाटक ललित कलादर्श नाटक मंडळीसाठी लिहिले.

या संस्थेनेच हे केले.

संस्थेचे सर्वेसर्वा श्री. भालचंद्र पेंढारकर यांनी मला हे लिहून देण्याला सांगितले.

माझी इतर नाटके माझी मी लिहिली. त्याहून या नाटकाचा जन्म हा असा वेगळा झाला.

ज्याला इंग्रजीत 'कमिशण्ड वर्क' म्हणतात तसे हे नाटक मी लिहून दिले.

मराठीतले एक कवी श्री. आ. ना. पेडणेकर यांनी या कथेवर एक नाटक लिहून ते श्री. पेंढारकर यांच्याकडे दिले होते; ते नाटक म्हणून न पटल्याने याच कथेवर मला नाटक लिहिण्याला सांगण्यात आले असे स्मरते. श्री. पेडणेकर यांचे नाटक मी वाचले नाही. ऐकलेल्या कथेचे माझ्या पद्धतीने मी स्वतंत्रपणे नाटकात रूपांतर करून दिले.

कथेची मध्यवर्ती कल्पना मला आवडली होती.

व्यावसायिक रंगभूमीवर मी कधीच यशस्वी ठरलो नाही. कारणे कोणतीही असोत. या नाटकाचे तेच झाले.

१ ऑक्टोबर २००५ — **विजय तेंडुलकर**

मुंबई

‘झाला अनंत हनुमंत’ या नाटकाचा पहिला प्रयोग ‘ललित कलादर्श, मुंबई’ या संस्थेने दि. २ जानेवारी १९६८ रोजी दुपारी ४ वाजता ‘डॉ. भालेराव नाट्यगृह’, साहित्य संघमंदिर, मुंबई येथे सादर केला.

दिग्दर्शक : अरविंद देशपांडे
विशेष सहायक : सखाराम भावे
नेपथ्य : रघुवीर तळाशीलकर
सहायक : मोहन राऊळ
संगीत साथ : गोविंद पटवर्धन, दामोदर पार्सेकर
ध्वनिमुद्रण : भालचंद्र पेंढारकर

कलाकार

सूत्रधार, कीर्तनकार : भालचंद्र पेंढारकर
सुशिला : मालती पेंढारकर
मंदा : गिरीजा पेंढारकर
विमल : आशा नाफडे
आई : शांताबाई बेडेकर
यशवंता : सखाराम भावे
अनंता : गणेश सोळंकी
बुद्धिसागर व पुढारी : आट्टेपाटील
बैरागी : सुकुमार
रामसरण : तुकारामबापू
मित्र राजादेव : सतीश रणदिवे
पत्रकार : माधव आचवल, विनायक दामले, चंदू देगवेकर, वसंत काळे
पाहुणे कलाकार : दाजी भाटवडेकर, लीलावती गडकर, सुनील शेंडे, सौ. धनेश्वर

अंक पहिला

[ह. भ. प. पंढरपूरकर बुवा कीर्तनाला उभे राहतात. यांच्यासाठी रंगमंचाचाच जरा वाढवलेला भाग असणारे स्वतंत्र पीठ. जोडीला साग्रसंगीत साथ. आरंभीचे ईशस्तवन वगैरे पद्धतशीर करून बुवा आख्यानाची प्रस्तावना सुरू करतात.]

बुवा : (प्रेक्षकांना)

विचारवंत भक्तजन, नुसतेच विशुद्ध विचारवंत आणि साधे भाबडे भक्तजन असे सर्व मिळून झालेल्या या जनताजनार्दनाला माझं त्रिवार शतवार वंदन. मंडळी, आपल्यासारख्यांसमोर जेहत्ते कालाचे ठायी आज हा कीर्तनाचा सुयोग यावा, हे पामराचं महद् भाग्यच म्हटलं पाहिजे. ब्रह्मानंदानंतर आनंद कोणता? तर कीर्तनानंद असं पूर्वज म्हणाले ते काही उगीच नाही. कीर्तनानंद म्हणजे कीर्तन गायन–श्रवणाने होणारा असा तो दिव्य आनंद. त्यात आपल्यासारखी रसिक आणखीन चोखंदळ मंडळी समोर बसलेली. मग काय विचारता? हा दुग्धशर्करा योग किंवा दुसरा अमृतसिद्धी योगच होय. देहूचे आपले तुकाराम बोवाच कीर्तनानंदात धुंद होऊन जेहत्ते कालाचे ठायी नाचले आहेत... ('पुंडलिका भेटी परब्रह्म' हा अभंग म्हणतात.) आज कीर्तन ठरलं पण आख्यान कोठलं लावायचं ते ठरलंच नाही. लगीन ठरलं, मुहूर्त धरला, बोहलं देखील सज्ज केलं, जेहत्ते कालाचे ठायी वाजंत्री आली लागली वाजू कडाकडा, घडाघडा पण महाराज, वधू कोण? तेच ठरलं नाही. आली का पंचाईत? आता अशा वेळी लगीन कनवटीला सुपारी लावून निभावता येईल. पण कीर्तन कसं निभणार? म्हणून आजचं आख्यान चमत्कारावरचं ठरवलं आहे महाराज. चमत्काराला आमचा नमस्कार. आता वधू देखील ठरली पण तिला शृंगार कोठला

करायचा? पौराणिक? ऐतिहासिक? सामाजिक? वर असला कथलाचा वाळा तर उगीच वधूची सोनूबाई सजवून काय फायदा? वर इष्टुर फाकडा असला ती तुमानीची नळकांडी अडकावून पांढऱ्या बिड्या ओढीत फिरणारा, तर वधू कशी हवी? घागरा नेसून घुंगट घेतलेली? छट्! जसा वर तशी त्याची वधू हवी. नारायणाला लक्ष्मी. रामचंद्रांना जानकी,... जसा वर तशी वधू, जसा समाज तसा त्याचा पुढारी हवा. जसा वाण तशीच दानत हवी. त्याचप्रमाणे जसे श्रोते तसंच आख्यान पाहिजे, ही मेख.

मुंबई नगरीमाजी ऐसा कोणेक ब्राह्मण गरीब
दैवबळे त्याचे जे होईल ते सर्व बहु अजब।।

होईल – म्हणजे झालं नाही पण होईल; म्हणजे होणारच. चमत्कारांचं युग संपलेलं नाही. लेबल तेवढं बदललं — दैवी तिथं शास्त्रीय चमत्कार! म्हणजे चमत्कारच पण ज्यांचा खुलासा शास्त्राच्या भाषेत यथामती बुद्धिमान् मानवांनी बसवून धन्यता मानली आहे असे चमत्कार. तर चमत्कार आजसुद्धा घडतातच आहेत. चमत्कारांना आमचे पुन्हा एकवार नमस्कार. सांगण्याचं कारण इतकंच की मुंबई नगरीमधील कोणा एका गरीब ब्राह्मणाची ही कथा आहे. ब्राह्मणांनी भिक्षुकीच करावी हा काळ आता गेला. परवा आमच्या मेव्हण्यांचे चिरंजीव त्यांना विचारू लागले, डॅडी, – ते मेव्हण्यांना डॅडी म्हणतात— कालाय तस्मै नम: – तर डॅडी, भिक्षुकी म्हणजे काय हो? मेव्हण्यांनी काय उत्तर दिलं? तर सनी, म्हणजे प्राकृतात बाळा, अरे भिक्षुकी मीन्स टु बेग – भीक मागणे. द बिझिनेस ऑफ बेगिंग. भीक मागण्याचा उद्योग ती भिक्षुकी. रामकृष्ण हरी. ते तरी दुसरं काय सांगणार? हा काळाचा महिमा! मोहरम, गुडफ्रायडे आणि

पारशी नववर्षाचा आजचा जमाना आहे महाराज!
(गळ्यावर साथीसमवेत कुराण नाहीतर बायबलमधला तुकडा कीर्तनी ढंगात म्हणतात.)
असा आहे आजचा निधर्मी, निःश्रद्ध जमाना. याच जमान्याच्या जरा पुढच्या कालखंडात आपण जाऊ.
(जय जय रामकृष्ण हरीचा गजर करून तो कालखंड आणतात.)
आज अंगारिका, शके अठराशे सत्त्याण्णव, सन एकोणीसशे पंचाहत्तर. भारत खंडात सर्वत्र आबादीआबाद आहे, म्हणजे सरकार दप्तरी तरी! बाकी

कुठे वृष्टीचा कहर कुठे पूर
कुठे अ–वृष्टी, गैरकारभार।।
कुठे चोरांची चालतसे सत्ता
कुठे सावांच्या आपसात लत्ता।।
कुठे टंचाई, तसे कुठे संप
कुठे चढलेला अधिकारी कैफ।।
रित्या पोटांना मिळती जै समस्या
पोचलो ऐशा भावि रामराज्या।।

अशा त्या – म्हणजे याच – इसवी सन एकोणीसशे पंचाहत्तर सालात भरतवर्षातल्या या बॉम्बे ऊर्फ मुंबई नामक महानगरीत आज अंगारिकेच्या दिवशी गणेश मंदिरात मी कीर्तन करीत आहे महाराज...
[मागे पडदा उघडून गणेश मंदिर दिसते. बुवांचा हरिनामाचा गजर.]
आणि आख्यान संपवून, आरतीच्या ताम्हणातले जमलेले पैसे असे कनवटी लावून, म्हटलं एकदा विघ्नहर्त्या श्री सिद्धिविनायकाला वंदन करावं आणि सुधारावा अध्यात्मातून

प्रपंचाचा मार्ग– तर काय घडलं – तेच आता आपण रसिक सज्जनांनी एकचित्तानं ध्यान देऊन पाहावं अशी प्रार्थना आहे–
[कीर्तनकार पंढरपूरकर बुवा गणेशाच्या मूर्तीपाशी येतात. मूर्तीच्या पायांवर डोके ठेवतात.]

देव : ऊठ. भक्तांची डोकी घासून माझ्या पायाची सालटी गेली.
[बुवा दचकून पहातात. प्रेक्षकांकडे पहातात. पुन्हा पायांवर डोके टेकतात.]
अरे पुरे म्हणालो तर! नाहीतर पाय झाडीन!
[बुवा घसकतात. सरळ होतात.]
सामान्य भक्तांना एक अक्कल नाही. पण तुझ्यासारख्या साधकांची देखील ही अवस्था!

बुवा : (गोंधळून मागे, पुढे आणि देवाकडे पहातात.) कोण बोलतंय हे?

देव : मी, गणेश. पहातोस काय असा बावळटासारखा? पुराणात देव बोलल्याच्या कथा कधी ऐकल्या नाहीस?

बुवा : पण देवा–

देव : का? भारतीय घटनेनुसार देवाला या देशात भाषण स्वातंत्र्य नाही का काय?

बुवा : मला काही कळेनासं झालंय देवा–

देव : कधी विशेषसं कळत होतं रे? बाकी मूळ नाटक्याचा पेशा तुझा; त्यामुळं कीर्तनं बऱ्यापैकी करतोस. आवाज सुसह्य आहे. नाहीतर ते कालचं कीर्तन! 'हेचि दान देगा देवा' हा बेसूर ओरडा ऐकल्यावर 'विसर न व्हावा' असा एक दणका बुवाच्या पाठीत दणकवण्याचा असा अनावर मोह झाला होता म्हणतोस! अरे तो बुवा की दैत्य रे? ज्यांचे आम्ही वध करीत असू त्यांची भाषणं नि कीर्तनं ऐकतात आज लोक!

बुवा : आज देवा तुमचं लक्षण काही न्यारंच दिसतंय—

देव : बरोबर. दगडासारखा बसेल तो देव अशी तुमची सोयिस्कर व्याख्या! पापांना साक्षी, पश्चात्तापाला आधार आणि लांड्यालबाड्यांना हुकमी पाठीराखा म्हणून देव हवा तुम्हांला. तो बोलू लागलेला कसा आवडेल तुम्हांला? काय रे पंढर?

बुवा : (प्रेक्षकांना) छे. काही कळत नाही आजची ही उलटी खूण. (मागे सरकत गडबडीने घंटा बडवून निघून जाऊ लागतात. पण पाय जडावून अडतात आणि वळून असाहाय्यपणे) देवा, का गरिबाला उगीच –

देव : गरीब? कोण गरीब? तू की मी? माझ्या नावावर राजरोस पोट जाळणारा तू गरीब, की ते उघड्या डोळ्यांनी पहात इथं असा निमूट बसणारा मी गरीब?

बुवा : बरं, तुम्ही गरीब, देवा. पण आता पुरे म्हणतो. अहो कुणी ऐकेल.

देव : आपणच निर्माण केलेल्या या सृष्टीत देवाला बोलण्याची चोरी? अफसोस!

बुवा : हां, देवा, अफसोस हा फारशी शब्द आहे. हा तुमच्या तोंडी नको!

देव : देव सर्वांभूती आहे. कृतीऐवजी शब्दांचाच बडिवार माजवणाऱ्या तुम्हां लुच्च्यांना कसं परवडेल हे सत्य? काय रे, आज गल्ला किती जमला?

बुवा : देवा, गल्ला म्हणता?

देव : हो, तर काय? कीर्तनाच्या नावाखाली अध्यात्माचं नाटक नाहीतर तमाशाच करता की इथं तुम्ही. किंवा वाटल्यास असं म्हणू की भक्तीचं हॉटेल चालवता.

बुवा : (प्रेक्षकांना) नशीब, सलून म्हटलं नाही. (हताशपणे) तीन रुपये तेरा पैसे.

देव : काय म्हणतोस! घसाफोड अगदीच वाया गेली नाही तर तुझी.

घरीच एक वेळ भागेल! नाटकाच्या निव्वळ धंद्यात कधी कधी एवढंही पदरात पडत नव्हतं! पुन्हा खटाटोप फार.

बुवा : पोटासाठी जगजेठी तूच फिरविसी आम्हांसी –

देव : पण तुम्ही हुशार! जगजेठीलाच रोज नव्याने विकून पोटाच्या निमित्तावर स्वास्थ्याचे पेटारे भराल!

बुवा : फोडिले भांडार धन्याचा हा माल–

देव : मी तो हमाल, माल खाई! आणि धनी रे?

बुवा : (गळ्यावर गुणगुणत) असुनि तोच मालक घरचा, म्हणति चोर त्याला–

देव : चतुर आहेस! नाटक्या आहेस; वर खुषमस्कऱ्या! उत्कर्ष होईल तुझा!

बुवा : असो द्यावी कृपा आम्हांवरी बापा –

देव : आम्ही मारू थापा, करू अनन्वित पापा –

बुवा : हां, देवा हे मात्र अति होतंय बरं का! (प्रेक्षकांना) देव तारी त्याला कोण मारी?

देव : काय अति होतंय? पाप ना? तरी देवानं फक्त बघायचं गाभाऱ्यात नाही तर तसबिरीत नुसतं बसून! असा संताप येतो की वाटतं कमरेखाली उघडं करून झोडपावं एकेकाला! बरं, पण हे बघ, तुला मी वेगळ्याच कारणासाठी हटकलं.

बुवा : देवा, कोणत्या? गाडी रुळावर येऊ द्या.

देव : आत्ताच्या तुझ्या घसाफोडीला –

बुवा : देवा –

देव : तेच – पोटार्थी हरिभक्तीच्या 'वन मॅन शो'ला – म्हणजे कीर्तनाला– एक भला जीव हजर होता.

बुवा : देवा, म्हणजे बाकीचे जमलेले – भले नव्हते, असंच–

देव : ऐक! मध्ये बोलशील तर उद्या ऐन कीर्तनात हटकीन तुला, तुझी फटफजिती करीन! तर तुझ्या कीर्तनाला तो भला जीव

हजर होता; त्याच्या आयुष्यात एका विधिघटनेनं या वेळी विलक्षण उलथापालथ होऊ घातली आहे.

बुवा : उलथापालथ? म्हणजे?

देव : म्हणजे तेच. श्रद्धेचं बळ हाच आजचा निरूपणाचा विषय होता ना तुझा?

बुवा : हो. हातखंडाच विषय तो आमचा!

देव : मग श्रद्धेच्या बळावर तो माणूस आता उडू लागेल.

बुवा : (भयंकर हबकून) का ऽऽ य! (बसकण मारतात. मग क्रमश: उठतात) खरं सांगता देवा? नाही, निदान तुम्ही तरी खरंच सांगाल! म्हणजे खरंच माझ्या कीर्तनानं – (उडी मारून) बोला पुंडलीक वरदा हारि विठ्ठल! आम्ही जिंकली कीनय! कलियुगात साक्षात् माणूस उडणार हा आमच्या अमोघ वाणीचाच प्रताप म्हटला पाहिजे, महाराज!

देव : तुमच्या अमोघ वाणीचा प्रताप कीर्तनात जागोजाग झोपलेले आणि वाती वळीत पेंगलेले स्त्री–पुरुष श्रोते रोज सांगतच असतात, महाराज! त्यापूर्वी नाटकात देखील तो दिसतच असे— रिकाम्या खुर्च्या आणि खडखडीत गल्ला!

बुवा : हां, देवा –

देव : गाढवा, विधिघटना रेड्याच्या तोंडून देखील वेदवाणी वदवते. तुझं नाटकी कीर्तन हे निमित्त होय. त्या दुर्दैवी माणसाच्या आयुष्यात अशी उलथापालथ व्हायचीच आहे.

बुवा : दुर्दैवी? देवा, श्रद्धा–बळावर जेहत्ते कालाचे ठायी ज्याला साक्षात उड्डाण करणं शक्य होणार तो दुर्दैवी कसा?

देव : तुझ्यासारख्या सरपटणाऱ्या, रांगणाऱ्या आणि वळवळणाऱ्या माणसांच्या जगात तो दुर्दैवीच!

बुवा : आता देवा तुम्हीच म्हणता तेव्हां अपील कुणाकडे न्यायचं? पण मग म्हणणं काय आहे तुमचं? मंत्र्यासारखी निरर्थक

लांबण लावू नका. (एकदम तोंडात मारून घेत) चुकलो. मंत्र्यांची बदनामी झाली.

देव : माझं म्हणणं काय असणार? त्या माणसावर तू लक्ष ठेव. सांप्रत तो घराच्या वाटेवर आहे.

बुवा : देवा विश्वासच बसत नाही –

देव : छान! म्हणजे श्रद्धाबळाचं माहात्म्य तूच वर्णन कर आणि तूच शंका घे!

बुवा : चुकलो, देवा –

देव : त्या माणसाचं नाव अनंत हनुमंत कुळकर्णी. बारमाही छत्री पाठीला खोवून फिरणारा हा प्राणी चित्रगुप्ताच्या अहवालानुसार एका विमान कंपनीत स्टोअर आणि पर्चेस खात्यात खर्डेघाशी करतो; किंवा, आता खरं म्हणजे – करायचा. एवढाच तर्कानं त्याचा आणि उड्डाणाचा असल्यास संबंध. पण विधिघटना तर्काला कधी जुमानीत नाहीत हे आहेच तुला ठाऊक. त्या अतर्क्य. एरवी तू कीर्तनकार कसा झाला असतास?

बुवा : हाणा. ऊठसूट आम्हांला हाणा –

देव : ते सध्या राहू दे. तर चित्रगुप्ताच्या अहवालातल्या उरलेल्या अल्प माहितीनुसार अनंत हनुमंत हा फार सरळ, भाबडा आणि भला कुटुंबवत्सल जीव आहे. थोडक्यात, जगाच्या व्यवहारात अगदीच बिनमहत्त्वाचा आणि निरुपद्रवी आहे. त्यामुळे चित्रगुप्ताच्या वहीतल्या त्याच्या खात्यात नोंदी कमी आणि कोरी जागा जास्त असा प्रकार आढळतो. नाही म्हणायला त्याला एक जन्मस्थ पांगळा मुलगा झाल्याची एक नोंद मात्र आढळते, ती जरा मनोरंजक आहे.

बुवा : देवा, पांगळा मुलगा ही मनोरंजक नोंद, अं?

देव : अरे, सर्व जीवसृष्टीच जर एक कळसूत्री खेळ आहे तर एखादं भावलं पांगळं राहिलं म्हणून मी सूत्रधारानं दुःख कसलं करायचं?

अरे हरिभक्तपरायणा, मीच तर त्याची कळसूत्रं ढिली ठेवली आहेत – सगळा माझाच तर खेळ आहे! मनात आणलं तर तुझंही एखादं कळसूत्र या क्षणी मी खेचू शकेन–

बुवा : खेचता तर खरे. (कान दर्शवतात.)

देव : असा हा अनंत हनुमंत कुलकर्णी. श्रद्धाबळावरच्या तुझ्या पोटार्थी आख्यानानं त्याच्या नियतीच्या उत्तररंगाचा आरंभ करून दिला आहे. तुझ्या पोपटपंचीनं पुरता भारावून तो इथून त्याच्या सुरस आणि चमत्कारिक विधिलिखिताची वाट चालत गेला आहे – थोड्याच काळात तू आणि सर्व जग त्याच्याविषयी ऐकेल –

बुवा : देवा, थांबा! असल्या भलत्याच गोष्टीची जिम्मेदारी माझ्यासारख्या गरिबावर टाकून तुम्ही नामानिराळे होऊ नका – ही तुमची सवय वाईट आहे –

देव : आणि कळसूत्री बाहुल्यानं स्वत:कडे कर्तेपणा घेण्याची सवय? कसलीही जबाबदारी मी कुणावर टाकत नाही. मी फक्त भूमिका वाटून देतो. सगळी जबाबदारी अखेर माझी आहे, हे ज्ञानी ओळखतात. घडू घातलेली विधिघटना अपरिहार्य आहे. तू तुझ्या मार्गाने जात रहा. माझ्या कळसूत्री खेळातल्या या घटनेला साजेशी पार्श्वभूमी म्हणून आज रात्री पाऊस पडेल. विजा चमकतील. जा आणि उद्या गाताना माना जरा कमी वेळाव!
[बुवा चालत मूळ जागी येतात. दृश्यावर काळोख येतो. बुवांवर उजेड.]

बुवा : (साथीसह गळ्यावर)

हनुमंते सत्पुत्र प्रसविला अनंत नामे ऐसा।
विधिलिखिताचा अद्भुत महिमा दिसतो पाहू कैसा।।
गृही त्याच्या जावे
सावधचित्त असो द्यावे।।

[स्टेजवर उजेड.
अनंताचे बिऱ्हाड.
बुवांवर काळोख.
अनंत हनुमंत कुलकर्णींचे बिऱ्हाड. पार्टिशन घालून डबलरूमचे केलेले.
त्यात सगळे जुनाटपण आणि दारिद्र्य. कॉट, अलमारी, आर्म चेअर, टेबल–खुर्ची इ. सामान.
वर कौलारू छप्पर ओठंगून आलेले.
शिवाय शिडीसह पोटमाळा.
हार घातलेली एक गणपतीची आणि एक वडिलांची तसबीर भिंतीला दिसते. हे हार बरेच शिळे वाटतात.
भिंतींना 'बरे सत्य बोला, प्रयत्ने वाळूचे कण रगडिता तेलहि गळे' असली अंशत: वाचता येणारी सुभाषिते चिकटवलेली आणि फाटून चाललेली.
यातच विमानाचे एक कॅलेंडर.
छप्पर गळते म्हणून एक बादली मधोमध ठेवलेली.
बाहेर विजा चमकताहेत. हवा तर पाऊस.
खोलीतल्या पलंगावर अनंत हनुमंताची पंधरा एक वर्षांची कन्या विमल बसल्याबसल्या तक्क्याला टेकून झोपली आहे. सुकला गजरा, रिबिनी, इयरिंग्ज, मॅचिंग ब्लाउज वगैरे. तिची धाकटी बहीण मंदा अभ्यासात गुंतून कुठे तरी अर्धवट पसरलेली. हिच्या डोळ्यांना मोठ्या काड्यांचा चष्मा. स्कर्ट नेसलेली. आपण कशा दिसतो याचा हिशोब इथे नाही. म्हणजे ही विमलच्या बरोबर उलट वृत्तीची. पलंगाच्या खालच्या बाजूस झोळीतील पांगळ्या तान्ह्या गोपूला झोके देत अनंत हनुमंताची धर्मपत्नी सुशीला पलंगाला टेकून पेंगलेली. कसलासा पाळणा याच स्थितीत तुटकपणे म्हणते आहे. बाजूस शिवणाचे जुनाट

मशीन. शिवायला घेतलेले जुने कपडे. यांत अनंत हनुमंतचे कपडे दिसतात. गोपूचे चिरचिरे रडणे एका सुरात थांब–थांबून ऐकू येते. मग ते ऐकू येईनासे होते.
पलीकडे अनंताचा बेकार मेहुणा – यशवंता – सुशीलेचा भाऊ विडी फुंकीत बसलेला. नजर बहुधा भविष्यकाळात. दाढी बऱ्यापैकी वाढलेली.]

यशवंता : (एक दीर्घ दम मारून भविष्यकाळावरची नजर गळत्या छपराकडे लावून दाढी खाजवीत) वा! काय शोभा आहे! घरात पाऊस! चार पावसाळे गेले, घरमालक विसरून गेलाय चाळ आहे हे. बाकी तो तरी काय करील! कुणी भाडंच देत नाही. आमचे अप्पा तेवढेच भाडं वेळच्या वेळी नेऊन भरणारे. त्यांची ही किंमत! नळाला पाण्याच्या नावाने शुकशुकाट आणि छपराला झकास गळती लागल्यय! आणि हा तर जानेवारीत पाऊस! जानेवारीत पाऊस कधी पडला होता? सालं सगळं काही अजबच आहे. नालायकांची चलती काय चालली आहे, लायक हे असे माझ्यासारखे बेकार काय बसले आहेत, आणि जानेवारीत पाऊस पडतो आहे! (नवा दीर्घ दम मारतो.) आता, घरात गळती म्हणजे आज रात्री चला, माननीय यशवंतरावजी, पुन्हा जिन्याखालच्या धुळीत! पडा तिथे वखवखल्या ढेकूण–पिसवांचं 'सामिष' भोजन होऊन! बोंबलू द्या झोप!

मंदा : (चष्म्यावाटे पाहात) मामा, तू जरा मनातल्या मनात बोंबल – चुकले – बोललास तर चालणार नाही का?

यशवंता : (डोळे वटारून) ते का?

मंदा : नाही, माझं एवढं गणित चुकतंय –

यशवंता : सगळ्या जगाचंच गणित चुकलंय. माझ्या वर्गात – पार शेवटच्या बाकावर माझ्याशेजारी तो शिवाजी सावंत बसायचा – माझ्याहून दोन छड्या नेहमी त्याला जास्त, असा बुद्दू – आज वाचलं

तर कुठल्याशा कमिशनचा अध्यक्ष झाला. हॅ! विश्वास नाही बसत. शिव्या सावंत आणि अध्यक्ष? सगळा उफराटा प्रकार चालला आहे. कराव्या त्या उद्योगात तोंडघशी पडण्याचं आमचं नशीब, आणि लोक खुशाल करोडोंनी पैसे कमावताहेत! (विडीचा नवा दम.) उबग, उबग येतो एकदम. इथून तिथून सगळी वशिलेबाजी बोकाळली आहे, दुसरं काय.

मंदा : पण मामा, असा किती वेळ तू बडबडत

यशवंता : वाटेल तेवढा बडबडेन मी! मामाला उलटून विचारते कार्टी. असा दिसतो नुसता गंजून बसलेला, म्हणून ही शहामत. असतो एखाद्या इंपाला गाडीचा मालक म्हणजे बिशाद नसती झाली. कुणाला आमची किंमतच नाही. दोन टाइम आयतं खातोय ना. कमवीत नाही! सालं पिकतं तिथे विकत नाही ते हे असं. पोरंटोरंसुद्धा मग टोचून खातील. पण जरा एकदा यातून सुटण्याला वाट मिळू दे की दाखवतो!

मंदा : काय दाखवतो?

यशवंता : अरे बघशील! बेंगलो, कार, पी.ए., ऑफिस, व्हिसा मामाला भेटायला पीएला रिंग करून ॲपॉइंटमेंट घ्यावी लागेल मग!

मंदा : (उसासते) हूं ....(अभ्यासात).

विमल : (झोपल्या झोपल्याच स्वप्नात) ओ हाऊ स्वीट ऑफ यू, राज! पाचशेची साडी? ए हाऊ स्वीट ग (कूस बदलून झोप पुढे चालू.)

यशवंता : या विमलची ही रोज स्वप्नातली श्रीमंती! स्वप्नातलीच, त्यामुळे साला कसली मर्यादाच नाही. पाचशेची साडी काय, टेन थाऊजंडचा नेकलेस काय, दोन हजाराच्या बांगड्या काय, चैन साला! कुणाला वाटेल कुठल्या खालसा संस्थानची हर हायनेस! आणि जन्म झालाय आमच्या अप्पांपोटी! सालं अजब आहे लाइफ! बघावं तेवढं थोडंच. ही काय, अप्पा काय. शिवाजी

सावंत काय, टाटा काय, बिर्ला काय...

[लोटलेल्या दारावाटे गॅलरीकडून अनंत हनुमंतची म्हातारी आई चाचपडत आत येते. हिला दिसते कमी; बहिरेपणाही थोडा आहे.]

म्हातारी : (चुकीच्या दिशेने तोंड करून) गो सूनबाई, अगो यवढी रात्र झाली तरी अजून कसा येना गो हा कार्टा अनंता? काय उशीर का काय हा! आणिक, आता बाहेर उभ्या काय आठिवले बघ, बावीस सालेत रांडेचा हा अस्साच पाऊस कार्तिकात पडला होता हो! ते साली, थांब तूस सांगते आठवणीवरने आठवण होते ना तर, हो! अगो ते साली ढब्बूस या यवढ्या सुपाऱ्या मिळायच्या हो. आणिक चवलीस तूस सांगते नातवाच्या फुड्यात बोलते, खोटे नाही बोलणार – यवढे मीठ! आणिक काय गो ही महागाई झाली आता! जळ्ळे ढोराचे जिणे यापरीस बरे!

मंदा : (ओरडून, एकीकडे गणित करीत) आजी, आई झोपल्यय.

म्हातारी : (कानावर हात धरून) काय म्हटलेस कार्टे, झोपली? आं? अगो पण झोपते कशी ती? (चौफेर वळत) गो सूनबाई, ऊठ बरं आधी. ऊठ! अगो काय नवऱ्याची काळजी तूस? तो आला नाही अद्याप नि झोपतेस गो कशी? गो सूनबाई—

सुशीला : (धसकून जागी होत) आले? काय गेलं? यांचा पगार गेला?

मंदा : अं? नाही आई. अप्पा आले नाहीत अजून—आजी तुला उठवतेय.

सुशीला : ही काय, उठलेलीच तर होते मी. काय झोपले होते का काय, कार्टे. (डोळे चोळते. ओरडून) सासूबाई, जागीच आहे मी.

म्हातारी : अगो गेला तरी गो कुठे हा कार्टा? कुठे वाटबीट चुकला का काय पडला झडला कुठे, काय कळेना गो! हा काय उशीर का काय .. अगो कधी चुकून माकून पंधरा मिण्टे, अर्धा तास म्हंजे डोचकीवरने पाणी गेले. आणिक केवढी रात्र केलीन गो

ही ... तर गोष्टीवरने गोष्टी कशी आठिवते बघ, ते काळी आमच्चे गावी तूस सांगते एका ... काय म्हणीत होते ते विसरूनच गेले ... आला कसा गो नाही हा अद्याप... (पुटपुटत पुन्हा गॅलरीत जाते.) त्यात पाऊस भारी पडतोय...

सुशीला : (मंदाला) काय ग, त्यांना कशाला झोपले म्हणून सांगायला हवं होतं? आं? नसते धंदे कार्टीला .. (अद्याप झोप पुरेशी उडालेली नाही.) भारीच रात्र झालीशी वाटते. किती वाजले रे यशवंता?

यशवंत : असतील बारा एक.

मंदा : चूक. अकराचे टोले आता हे शेजारी पडले.

यशवंता : ते बाराचे असतील!

मंदा : नाही

यशवंता : मोजायला चुकली असशील तू

मंदा : मुळीच नाही; अकराच होते. नळावर भांडी घासून आताच संपलीत गड्यांची आणि नळ जाऊन अर्धाच तास झालाय जेमतेम म्हणजे अकराच! शिवाय बाराला सिनेमा नाही वाटतं सुटत नाक्यावरचा?

सुशीला : बरं बरं! असतील अकराच वाजलेले. म्हणून एवढं तोंड वर करून बोलायला नको काही! पुन्हा तर सासूबाईंना सांग कार्टे तू माझ्याबद्दल मग मी आहे नि तू आहेस!

मंदा : पण... खरंच होतं तर ... (अभ्यासात.)

सुशीला : मेला जरा डोळा लागला की वाईट वाईट स्वप्नंच पडतात रे, यशवंता. म्हणजे अगदी खऱ्यासारखी पडतात, बघ! आता स्वप्न पडत होतं त्यात यांचा पगार (धसकून) यशवंता, अजून पत्ता नाही रे यांचा!

यशवंता : हो ना.

सुशीला : आणि आज एक तारीख! पगाराचा दिवस आहे आजचा! देवा

नारायणा, कुलदेवा, पगार सुखरूप येऊ दे बाबा. आणि हे पण! तरी सकाळी बजावलं होतं की पगार खिशात आहे. सरळ घरी या कुठं जाऊ नका खिशावर एक हात धरायला विसरू नका – इकडे तिकडे बघू नका, कुणाशी बोलू नका—

यशवंता : पण सुशे, अप्पाची रास मेष!

सुशीला : (सभय) मग?

यशवंता : नाही, त्याच्या आयुष्यात अनपेक्षित उलटापालटी. अष्टग्रहीचं फळच आहे चक्क! साली अष्टग्रहीसुद्धा आमच्या आयुष्याचं काही करू शकत नाही. गळ्यात दरड बांधून पाण्यात सोडावं तसं आयुष्य कसं तळाशी रुतून बसलंय नुसतं.

सुशीला : (धसकून) म्हणजे स्वप्न खरं तर नाही ना रे व्हायचं माझं, यशवंता?

यशवंता : ते आता तो आल्यावरच कळेल. मी म्हणतो सुशे, माझा पापडांच्या एक्सपोर्टचा बिझनेस, का फेल गेला? सांग! (स्वप्नरंजन.) कोंबड्यांची इतकी सुंदर स्कीम का फसफसली? कोंबड्यांची निपज माझ्या सगळ्या कोंबड्या एका रात्रीतच का तडफडून मराव्यात? साली पिसंसुद्धा हाती लागली नाहीत! का? सांग! का?

विमल : (झोपेतच) अय्या खरंच? माझ्याकरता? थँक यू सो मच ... छान आहे की नेकलेस ... हो ना .. थँक यू सो – ओ मच! (उसासून पुन्हा झोपेत.)

[यशवंता याने पुन्हा जिरतो.]

म्हातारी : (पुन्हा दारावाटे चाचपडत येत) आणिक बत्तीस सालात तूस सांगते सूनबाई ... (तो विषय सुटून) कार्ट्याचा मागमूस गो नाही कुठे ... आता काय करावे तरी ... (आतल्या दिशेने जाऊ लागते आणि मध्येच) म्हंजे असे एकदम कसे सगळे आठिवते बघ! गावी सगळा हलकल्लोळ झाला होता हो

नुसता – म्हंजे काय, पावसावरने आठवण झाली – कार्तिकात गो जळ्ळा कसला हा पाऊस? पण अगो, अवर्षण झाले होते ना, गावी – बत्तीस सालात – म्हंजे त्याच सालात बघ, अगो अधेलीत चांगले पायलीभर तांदूळ यायचे हो आंबेमोहोर – नुसता घमघमाट सुटायचा – वासावर घास जायचा गो नुसता! (विषय सुटून) त्यात पाऊस गो केवढा पडलाय... जळ्ळे निसरडे होते सडकेवर... काय पायबीय घसरला का काय झाले कार्ट्यास, कसे कळणार... (चाचपडत पुन्हा गॅलरीत जाते.)

सुशीला : (यशवंताला) हातावरचं दिसत नाही, ओरडल्याशिवाय ऐकू येत नाही, तरी ग्यालरीत राहतील उभ्या, बघतील वाट! जशी काय यांनाच सगळी काळजी! आम्हांला जशी नाहीच! पण यशवंता, कुणी अंधारात हात धरला तर पाय उचलण्याचंसुद्धा सुचणार नाही रे 'यां'चं म्हणते मी—

यशवंता : अग तर काय! उलट एक धरला तर दुसरा हात हातात देईल असा गरीब! आता बोलू नये सुशे, आम्ही काय साले तसं म्हटलं तर परिस्थितीमुळे आश्रित, पण तूच म्हणून इतक्या शांतपणानं घेतेस बघ! कर्तबगारी कशी ती नाहीच अप्पात! डॅश नाही, डॅश. माणसात डॅश पाहिजे!

मंदा : (चष्म्यावाटे) म्हणजे उदाहरणार्थ तो कुणात आहे, मामा? नाही – मला अर्थ कळला नाही म्हणून विचारते...

यशवंता : विचार! विचारीतच रहा तू! तुला दुसरं येतंय काय? चष्मा लावून विद्वान झाल्यय सुशे तुझी ही कार्टी – नको ते नेमकं विचारण्यात पटाईत! अभ्यास कर अभ्यास!

मंदा : पण यात काय चुकलं माझं... मला कळावं म्हणून मी... (अभ्यासात.)

यशवंता : असतो असतो एखाद्यात पुष्कळ असतो डॅश! पण दिसायलाही

वेळ यावी लागते. काय उगाच तुझ्या अकलेसारखं वाटेल तेव्हां प्रदर्शन मांडायचं नसतं त्याचं! ज्याची त्याची टाइम असते साली... आमची अजून येतच नाही तर काय करणार!

सुशीला : आणि मंदे, इथे ग काय वाढलंय तुझं? जा बाहेर आधी.... लक्ष तरी ठेव रस्त्यावर बघ तरी कुठं दिसले तर

मंदा : अग पण माझा अभ्यास...

सुशीला : वडील अद्याप पगारासकट घरी आले नाहीत कार्टे आणि अभ्यास महत्त्वाचा वाटतो होय तुला? चल जा आधी दिसले तर तशीच येऊन सांग. जळ्ळा जिवात जीव नाही उरलाय बघ माझ्या, यशवंता... काही सुचत नाही...

यशवंता : अग तर! (मंदाला) जा ग.

[मंदा फणफणत गॅलरीकडे जाते.]

सुशीला : वीट आला बघ सगळा. जरा डोळा लागला तर स्वप्नातसुद्धा जळ्ळं सगळं वाईटच घडेल; खऱ्यासारखं! एकदम एक तारीखच काय दिसते; आणि मग दूधवाला काय येतो, वाणी काय येतो, या गोपाचा डॉक्टर येतो, कोळसेवाला येतो नाकाला काळं लागलेलंसुद्धा तस्संच असतं मेल्याच्या – सगळे गर्दी करतात (धसकून) यशवंता, उशीर का झाला असेल रे? सांग तरी! पगार गेला तर – अगो बाई! जगायलाच नको मग! सगळे काळासारखे उभे राहतील रे उद्या दारात. त्यात गोपाची इंजक्शनं, औषधं आहेत. पोरींच्या फिया आहेत, यांचे सगळे शर्ट गळ्याला उसवलेत, दोन तरी नवे शिवायला हवेत— आणि पगार! यशवंता, बघून तरी येतोस का रे तू? जा, बघून तरी ये यशवंता

यशवंता : (उगीच किंचित् जागचा सरकल्यासारखे दाखवून) बघून? मी? पावसात? पण सुशे, मला वाटतं यीलच अप्पा एवढ्यात. हो आणि अग बघून तरी कुठे म्हणून येणार? सालं अफाट शहर

हे! चुकामूक झाली म्हणजे... पण तू काळजी करू नकोस. अप्पा यील. निदान हा त्याचा पांगळा गोपा आहे ना इथे, तोवर अप्पा इथेच येणार. अग लागलं असेल बसावं ओव्हरटाइमसाठी! साहेबानं बसा म्हटलं की बसणार तो, पुन्हा उठा म्हणेपर्यंत! कारकून आहे ना हाडाचा. त्यात उशीर झाला म्हणून तरी बसनं यील? हॅट. पायी येणार अप्पा, वन टू करीत. पावसातनं! आणि वर म्हणेल (नक्कल करीत) यशवंता, तुला काही समजत नाही. अरे, एक पंथ, दो काज! या महागाईच्या दिवसात काटकसरीपरी काटकसर, पुन्हा व्यायाम! चालण्यासारखा दुसरा व्यायाम नाही बरं— अग, जरा गरम पाणी तरी दे, पाय भारी दुखून आले— अयाई!

सुशीला : (काहीशा नापसंतीने) असतं एखाद्याचं वळण...

यशवंता : वळण? अग या जेटच्या युगात विमानांच्या कंपनीत नोकरीला पायी चालत जाण्याचं वळण? अरे अरे अरे! सुशे, सुशे, मी असतो ना त्याच्या जागी म्हणजे नसतो, सर्व्हिस नसतीच केली आपण, आपण आपले आझाद! पण तुला सांगतो, फर्स्ट क्लास स्कूटरवरनं गेलो असतो असा फर्रर करीत! साला टांग टाकली का चालला! (तसे अवसान) बॉम्बेच्या रस्त्याला फर्स्ट क्लास! लाड नाहीत! (भला मोठा उसासा टाकून) हूं... पण काय करणार... नशिबाचा सिग्नल पडत नाही!

विमल : (झोपेतच) अग हो— ना...खर्‍या मोत्यांचे आहेत... हो— ..थ्री थाऊजंडचे... बघ ना...

म्हातारी : (दारावाटे चाचपडत येत) म्हंजे आठिवले म्हणून तूस सांगते, सूनबाई, (पुन्हा विषय सुटून) अगो पण यास कसली गो औदसा आठिवली आज, या अन्तास? काय वाघाने नेलान का काय गो... अन्नाच्या गारगोट्या झाल्या तरी अजून गो कसा

यी ना? (एकदम) आठिवले बघ! अगो, जरीच्या इरकली लुगड्यास ते साली सात रुपये पडत! सात रुपयास चांगले जरीचे अखंड लुगडे म्हणजे अगो हे काळात विचार कर, झाले काय! त्यात त्या खालल्या सडकेने त्या जळ्ळ्या मोटरगाड्या गो केवढ्यांदा पळतात हितने वरने बघून दिखील पोटात खड्डा पडतो हो त्यात जळ्ळा पाऊस

सुशीला : (ओरडून) आणि पगार आहे खिशात!

म्हातारी : अगो मग आता कराचे तरी काय!

सुशीला : (उठून यशवंताला ढळवीत) यशवंता – ते काही नाही यशवंता, तू जा आधी जा आणि असं कर तू पोलिसातच वर्दी दे जा बरं जा म्हणते ना म्हणावं पगारासकट घरी आले नाहीत अजून — नाहीतर —

[यशवंता नाइलाजाने उठून निघणार तो दारावाटे जरासा भिजलेला अनंत हनुमंत येऊन उभा. मानगुटीच्या कॉलरला बंद छत्री. हातात रुमालाची चौपदरी. शिंक येते.]

मंदा : अय्या अप्पा!

सुशीला : (हरखून) तुम्ही?

[बाहेरून म्हातारी आलेली.]

म्हातारी : अगो कोण? अंताच गो हा! मग माझ्या नजरे न पडेसा आला गो कसा?

यशवंता : बघ! म्हणत नव्हतो मी सुशे, तुला?

[अनंता दचकून पाहतो.]

अनंता : (एकदम) काय?

यशवंता : अंहं म्हणजे तसं काही नाही अप्पा पण ओव्हरटाइम असणार तुम्हांला असं—

अनंता : सांगत होतास? असं असं. (टोपी, कोट उतरवून हातपाय धुऊन येतो. पाळण्यातल्या गोपाला घेतो उचलून. त्याच्याशी

खेळण्यात दंग. शर्टाच्या कॉलरला छत्री तशीच.)

सुशीला : ओव्हरटाइम होता?

अनंता : (गोपाला खेळवीत) छे. कुठे. नव्हता.

मंदा : मग अप्पा, येवढा उशीर

म्हातारी : काय रे, यवढा उशीरसर गेला होतास कुठे? आं? अरे, काय ही घरी येण्याची वेळ? कुठे गेला होतास ते सांग आधी. त्या गोपास खेळवणे जरा ठेव तुझे. कुठे गेला होतास?

अनंता : मी? मी ना? (एकदम स्वत:ला आवरून) कुठे नाही. कीर्तनाला.

यशवंता : काय? अप्पा कुठे गेला होतात?

अनंता : (तापून) अरे कीर्तनाला. का तू सुद्धा झालास या आईसारखा बहिरा?

[यशवंता वरमलेला.]

मंदा : पण अप्पा तुम्ही कधी जात नाहीत कीर्तनाला

अनंता : (गोपाला खेळवीत) म्हणून कधीच न जावं असं थोडंच आहे? कधी जात नाही म्हणूनच आज गेलो. समजलं? साधी तर गोष्ट आहे.

सुशीला : हो तर काय. पण पगार आणलात ना, सुखरूप?

अनंता : (जोराने) नाही. (सुधारीत) अं? नाही नाही, हो आणलाच तर काय... (गोंधळलेला) तर काय...

सुशीला : मग कुठेही गेलात तरी हरकत नाही. पण मेलं येऊन येऊन कीर्तनाचं काय आलं हे मनात आज? जाणार असं सकाळी म्हणालेले नव्हतात

अनंता : पण गेलो. योगायोग म्हणायचा. घरी येत होतो माझ्याच विचारात बसमधून उतरून, तर वाटेत झांजा मृदंगाचा गरज ऐकला. थबकलो. वाटलं आपल्या रोजच्या वाटेने जावं. पण मग एकदम वाटलं की जरा जावं तर खरं आत. म्हणून सहज देवळात शिरलो आणि मग रस लागला. तो वाढतच गेला.

एकदम शांत वाटलं. डोक्यातल्या सगळ्या चिंता पळाल्या. श्रद्धाबळाचं आख्यान होतं

म्हातारी : (एकदम चाचपून) अगो कावळ्यासारखा गो भिजलाय पोर! (फॉर्मात येऊन) गो सूनबाई, अगो बघतेस काय? अगो उभी काय ठोंब्यासारखी? आधी कोरडा टावेल घे आधी बघू आणखिन कपडे पण आण सुके आणिक म्हणते काय मी, काफी टाक जा बघू गरमशी हे बघ गो, सुंठ टाकायस विसरशील! आणखी चाललीस गो कुठे, अगो काढा दे म्हण्टले ना सुदर्शनाचा यास? चांगला कपभर दे आणि कपडे आण म्हण्टले तर अशी उभी गो काय तू वेंधळ्यासारखी? आणिक ते टावेलचे काय करतेयस? मंदे, कार्टे कुठे गेली कार्टी... अगो टावेल तू तरी आण... काफी कधी देणारेस यास, सूनबाई? या घरी कोणास रीत कशी ती नाहीच

[वैतागलेली सुशीला तरातरा आत जाते.]

आणिक काय रे घगुर्ड्या, यवढा भिजलास, तर वाटेत पाऊस आल्यावर ही मानगुटीची छत्री उघडायस् सुचले नाही तूस? आं? का ती पण उघडून द्यायस आयशीने यायस हवे अजून? अरे तीन पोरांचा बापूस झालास, छत्री काय मानगुटी लावून फिरवायस् असते काय?

[गडबडीने एकीकडे गोपाला सावरीत दुसऱ्या हाताने अनंता शर्टाच्या कॉलरला अद्याप लटकणारी छत्री काढून ती काळजीपूर्वक खुंटीला लावतो.]

यवढा वाढलास तरी लहानपण संपत नाही तुझे! तस्साच वेंधळा राहा हो तू. आज बापूस असते म्हणजे दाखवल्यांनी असते काय ते. मग लपायचास येऊन आयशीच्या ओच्यात! आं? भारी मारायचे. पण काय सुधारला असशील तर रामाचे नाव. जसा होता तस्सा नादी नि भांबळभस्का आहेस! त्यांच्या

काठ्या तेवढ्या मोडल्या...
[अनंताला शिंक.]
दे दे शिंक. पावसात भीज आणिक शिंका दे तू! चल, अरे कपडे बदल अंगावरचे चल

अनंता : (संभ्रमित मुद्रेने हातातल्या रित्या चौपदरीकडे आणि सर्वांकडे पाहत) पडवळं?

मंदा : कसली पडवळं अप्पा?

अनंता : (स्वत:भोवती एकदा फिरून) ऊं? नाही, मला वाटतं – गेलीच .. (पायाखाली वाकून बघत राहतो.)

म्हातारी : अरे, चल म्हटले तर कपडे बदल बरे आधी
[त्याला तसाच धरून ओढत आत नेऊ लागते. जाताना त्याची आणखी एक शिंक.]
(आत जाताना) मेल्या तुझ्या आजाची गोष्ट सांगते हो तूस. पंचक्रोशीत असा कर्तबगार माणूस नव्हता दुसरा आणि त्याचा नातू तू, तूस छत्री उघडायचे समजेना—
[वाटेतल्या बादलीला अडखळते. तो तिला सावरतो. बादली आणि आई घेऊन आत जातो.]

मंदा : (चष्मा सावरीत) मामा, नक्कीच काहीतरी गडबड आहे. अप्पांच्या डोक्यात ना, (खासगी सुरात) पिसं आहेत.

यशवंता : काय?

मंदा : हूं! पक्ष्यांची पिसं अप्पांच्या डोक्यात!

यशवंता : च्यायला! म्हणजे खरंच बघितलीस तू?

मंदा : (घाईने विमलला ढळवीत) ए विमले, अग ऊठ! ऊठ! अग अप्पांना पिसं! नव्हे, म्हणजे अप्पांच्या डोक्यात पिसं!

यशवंता : (खुंटीची अनंत हनुमंतची टोपी काढून त्यातली पिसे वेचून) टोपीतसुद्धा पिसं! (थक्क.)

विमल : (आळस देत नाखुषीनेच जागी होत) काय ग... कशी छान

छान स्वप्नं पडत होती मला...

मंदा : अगं अप्पा आपले....

विमल : (जागी होऊन) आले? चला! म्हणजे आता जेवायला मिळेल गं आपल्याला. ते आल्याशिवाय आजिटली कुणाला जेवूच द्यायची नाही... फार भूक लागलीय बघ मला....

मंदा : अग जेवायचं सोड. अप्पा आपले, त्यांच्या डोक्यात पिसं आहेत!

विमल : (बरीच जागी होऊन डोळे चोळीत) काय म्हणालीस?

[आतून कॉलरच्या छत्रीसकट अनंत हनुमंत बाहेर येतो. त्यानं धोतर बदलेलं. झोळीतल्या गोपाला पुन्हा खेळवू लागतो तन्मयपणे आणि मागोमाग आई हातात टॉवेल घेऊन तुरूतुरू येते.]

म्हातारी : मेल्या डोचके पुसायचे टाकून पुन्हा कुठे पळतोस बघते हो! कुठाय तो? अरे करतोयस काय? समजले त्या पोरावर भारी जीव आहे तुझा तो! पहिला पोर, त्यात जन्मस्थ पांगळा! काय तुझे नशीब रे बाबा. फुडे तो तरी कमवून तुझा भार जरा उचलील म्हणावे तर ती पण आशा नको! बस असा खालती आधी. बस! डोचके चांगले कोरडे करून्दे; नाहीतर थंडीताप भरेल ना मेल्या! (अनंत हनुमंतला बसवून टॉवेलमध्ये धरते आणि खसाखसा पुसू लागते त्याचे डोके.)

यशवंता : (अनंतचे डोके टॉवेलात असतानाच, मंदाला एकीकडे खुणावून) अप्पा आम्ही इथं केवढी काळजी करीत होतो तुमची.

मंदा : हो अप्पा. भारी घोर लागून राह्यला होता मामाला. म्हणजे आम्हांलाच. (विमलला चिमकुटा काढून 'तू पण' असे सुचवते.)

विमल : (जांभई दाबीत) अप्पा, मी पण म्हणजे मला पण ... (मंदाला) ए, पण काय?

यशवंता : निरोप नाही. (मंदाला खूण.)

मंदा : त्यात सकाळी (विमलला मागून एक चापटी मारून खुणावीत)

सांगून पण गेला नव्हतात जाताना असं मी नाही, आई म्हणत होती

यशवंता : (विमलसाठी फार न थांबता) आणि एकदम एवढा उशीर म्हणजे साला जिवात जीव नाही राह्यला आमच्या—

मंदा : हो अप्पा, म्हणजे मामाच्या. म्हणजे तेच— आमच्याच.

विमल : मी पण. (जांभई दाबते.) ए पण मंदे, खरंच ग अप्पांच्या डो

मंदा : इश्! (सगळे पाहतात.)

अनंता : (झोळीतल्या गोपाला खेळवण्यात दंग. अभंग गुणगुणतो आहे.)

म्हातारी : (आता चाचपडत पुन्हा टॉवेलसकट तरातरा आत जात) गो सूनबाई, अगो याच्या काफीचे काय केलेस? आणिक काढा नाही आणलास तो सुदर्शनाचा अजून— काय म्हणावे तरी काय हीस.. (आत जाते चाचपडत.)

[पाठोपाठ कॉफीचा कप घेऊन सुशीला त्याच बाजूने प्रवेश करते.]

सुशीला : (कॉफीचा कप अनंताच्या हाती देऊन) घ्या. कॉफी आणलीय. (तो कॉफी घेऊ लागतो तशी गोड सुरात) आज दूधवाला नि वाणी येऊन गेला. कोळसेवाला पण आला होता.

[कॉफी घेताना मध्येच अनंता डोळे मिटून एकाग्र बसलेला. कॉफी तशीच.]

घेऊन टाका ती. मग थंड होईल. काय म्हणते मी?

[तो पुन्हा जाग आल्यासारखा कॉफी घेऊ लागतो.]

पोरींची तीन-तीन महिन्यांची फी राह्यलीय द्यायची. त्याची पण शाळेतून आज सूचना आल्यय लाल शाईतली. या महिन्याला तुम्हांला दोन धोतरं नि सासूबाईंना दोन लुगडी घ्यायला हवीत. पार विरलीत. अडचण झाली तरी चालेल. मी आणते नवी पगारातने. आणि गोपाच्या औषधाचं काही ना काही बिल उद्या तुमच्या पगारातने आधी डाक्टरला देऊन टाकते. परवा रात्री

गोपाची तब्येत अचानक बिघडली म्हणून हा यशवंता बोलवायला गेला होता तर यायला अळंटळं केली त्यांनी.

[अनंता पुन्हा निःस्तब्ध. त्याच्या तंद्रीतल्या मुद्रेवर वाढती यातना.]

झाला ना आज पगार?

[अनंता धसकून एकदम उठून काही म्हणणार तेवढ्यात म्हातारी 'गो सूनबाई' 'सूनबाई' करीत तरातरा चाचपडत येते.]

(हे पाहून एकदम, मोठ्यांदा) आणखी आणू का काफी? आणते हवी तर. आणि तो शर्ट पण बदलावा आधी

[अनंता बघतो.]

म्हातारी : बेश! अगो मी तूस तिकडे हाका मारते आणिक हित्ते काय करतेस तू? मेल्यांनो तिकडे अन्नाच्या गारगोट्या झाल्या आणिक बोलत कसली बसता? जाशील तिथे अश्शी वेळ काढशील आमच्या काळी तूस सांगते म्हंजे गोष्टीवरने गोष्ट कशी आठिवते ती बघ— पण अगो कुणी यास काढा दिलेत काय सुदर्शनाचा? आणिक तू आता हिते उभी का? वाढ जा—

[सुशीला फणकारत जाते स्वयंपाकघराकडे.]

काय रे अन्ता, गुलामा डोळे उघड आधी. उघड डोळे... काय कांदा का आले गेले रे तुझ्या डोळ्यांत?

अनंता : नाही आई – आई एकादं अंजन पडावं अद्‌भुत, तसं काहीतरी झालंय. झोंबतंय पण शांत वाटतंय फार.

म्हातारी : (काहीही ऐकू न येऊन) बस आता जरा हितेच हो. वाढून झाले का हाक मारते तूस— भूक लागली असेल— (आत जाते.)

यशवंता : अप्पा – अप्पा ते जरा पुन्हा म्हणा बरं

अनंता : काय?

यशवंता : गाणं. मघा म्हणत होतात तसे. (मंदाला) काय आवाज लागला

होता पण अप्पांचा!

अनंता : कोण गाणं म्हणत होतं?

यशवंता : म्हणजे काय, अप्पा? तुम्ही. आत्ता तर गुणगुणत होतात.

अनंता : भलतंच काहीतरी बोलू नकोस. मला आठवत नाही. (अस्वस्थपणे) थांबत नाही. विलक्षण आहे.

यशवंता : (मंदाला) विलक्षण आहेच.

अनंता : मला काहीतरी होतंय.

मंदा : अप्पा, अप्पा, व्हिक्स लावू का मी?

अनंता : नको. व्हिक्सपलीकडचं आहे ते. (अस्वस्थपणे) काय करावं तेच समजत नाही.

यशवंता : अप्पा, डॉक्टरला आणू का मी? उगीच संशय नको. म्हणजे समजा रात्री उशिरा काही बिनसलं तर यायचा नाही तो त्याचं बिल तुंबलंय ना.

अनंता : नको. असा उगीच खोकल्याशिंकेला डॉक्टर कशाला लागतो आपल्याला? पण बोलव यशवंता. मला चैन नाही. नाहीतर तू थांब. काही वेगळाच आहे हा अनुभव. वेगळाच आहे. यशवंता, तू असं कर, तू पण नको... (पुन्हा) यशवंता, (मग) काही नाही. उगीच लहान-लहान गोष्टींचा बाऊ करण्याची आम्हां लोकांना वाईट सवय. अरे असं काय कुणाला कधी होतच नसेल? घाबरायचंय काय त्यात? काही वेगळंच आहे हे. विलक्षण आहे. मी मी जेवतो. (आत जातो.)

यशवंता : मंदे, प्रकरण नेहमीचं नाही! अप्पा कीर्तनालाच गेले होते की आणखी कुठं गेले होते समजत नाही.

अनंता : (परत येऊन सर्वांकडे संशयाने पहात) काय?

यशवंता : कुठे काय?

मंदा : काही नाही, अप्पा.

विमल : अप्पा काहीसुद्धा नाही. का?

अनंता : (सर्वांकडे संशयानेच पाहत) काय बघितलंत तुम्ही?

यशवंत
मंदा
विमल : आम्ही? कुठं काय! काय बघितलं?

[अनंता वळतो आत जाण्यासाठी. मग पुन्हा उलट वळून मूढ उभा.]

मंदा : काय झालं, अप्पा? अप्पा, काय झालं सांगा ना.

अनंता : (बाजूला जाऊन मंदाला) तू जरा इकडे ये बघू.

मंदा : (जाऊन) काय, अप्पा?

अनंता : मी आत निघालो तेव्हां मला चालताना पाहून तुम्हांला काही वाटलं? आत्ता?

मंदा : नाही. काय वाटणार?

अनंता : यशवंता काही म्हणाला नाही ना?

मंदा : नाही.

अनंता : तेच. पण आपलं विचारलं. असं, सरकल्यासारखं? एकदम पुढे गेल्यासारखं?

मंदा : पण अप्पा, कोण? काय म्हणता तुम्ही?

अनंता : बरं. ओरडू नकोस उगीच.

[मंदा चकित पाहते.]

(एकदम) हे बघ! हे बघ!

मंदा : काय झालं, अप्पा?

अनंता : इथून इथे — काही नाही. काहीच नाही.

मंदा : पण अप्पा, असं काय करता तुम्ही? मामा बघ रे, अप्पा कसं करतात ते!

अनंता : कार्टे त्याला कशाला काही होत नाही मला.

यशवंता : काय झालं? काय झालं, अप्पा?

अनंता : काही नाही झालं. खूप झालंय.

यशवंता : (काहीच लक्षात न येऊन) अच्छा?

अनंता : (सभय) तुलाही वाटतं?

यशवंता : हो. का? नक्कीच वाटतंय.
[सुशीला येते आतून.]

सुशीला : चला जेवायला बरं

यशवंता : अग सुशे, जेवतेस कसली. आधी या अप्पांना बघ काय
[अनंता त्याच्या तोंडावर हात धरतो.]

सुशीला : (धसकून) काय झालं? पगाराचं काही?
[अनंता यासरशी एक छोटी उडी घेऊन पलीकडे.]
असं काय ते? यशवंता, काय आहे रे?

अनंता : (गडबडीने) काही नाही काही नाही म्हणतो तर! काहीसुद्धा नाही. (यशवंताला) खबरदार 'आहे' म्हणशील तर! (मंदाला) खबरदार!

सुशीला : अगो बाई!

विमल : ए मंदे, अग मी अद्याप स्वप्नातच आहे का ग?

अनंता : का? काय झालं तोंड वर करून विचारायला? काय कुणी कधी उडालंच (तोंडावर हात घट्ट धरतो.) उंहूं. (मनस्वी घाबरला आहे) नाही नाही....

सुशीला : आता रे यशवंता? (हलकेच) यशवंता, वाटेत कुठे बाधाबिधा तर झाली नाही ना रे यांना?

यशवंता : अग सुशे, या मुंबईत भुतांना जागा कुठे आहे? माणसांनाच नाही पुरत (हलक्या आवाजात) कीर्तनाऐवजी अप्पा कुठे तरी दुसरीकडे गेले असतील असा संशय मला आहे. (मोठ्यांदा अनंताला) काही नाही अप्पा, काहीसुद्धा नाही. (सुशीलाला हलक्या स्वरात) साला, पण कुठे ते कळत नाही.

मंदा : (हलकेच) मामा, ही भानामती तर नाही ना?

सुशीला : (अनंताला) आधी पगार द्या बरं माझ्याकडे. (अनंता वाढता

अस्वस्थ.) काय म्हणते मी, पगार द्या माझ्याकडे. नाही तर मीच घेते (खुंटीवरच्या कोटाकडे जाऊ लागते.)

अनंत : (सभय) हां! सुशीले थांब! जाऊ नकोस तिकडे!

सुशीला : ते का?

अनंता : मला मला

सुशीला : काय तुम्हांला?

अनंता : (पूर्णपणे बदललेला नूर.) सुशीले, विषाची परीक्षा पाहू नको!

सुशीला : (भयभीत; यशवंताला) यशवंता! काय रे म्हणतात हे? विष ... अगो बाई!

विमल : (रडत) अप्पा, विष नका हो घेऊ..

अनंता : (तशातही सात्त्विक संतापाने) विष कोण घेतोय गाढव? उगीच गळा नको काढूस. (सर्वांकडे पाहत) तुम्हांला तुम्हांला कुणालाच काय ते समजण्याची अक्कल नाही. काहीतरी अर्थाचा अनर्थ करणार तुम्ही.

यशवंता : (दटावीत) विमले, गप्प! अप्पा, मी काय म्हणतो की तुम्हीच जरा नीट का सांगत नाही आम्हांला काय ते? न सांगता नाही बुवा कळत. सांगा, हं. टाका सांगून.

अनंता : (जरा मोकळा होत) साधंच तर आहे. (पुन्हा अवघडत) म्हणजे — म्हणजे — पगार (सूर उतरवून) नाही.

सुशीला : (खालीच बसत) काय!!

[आतून म्हातारी आलेली.]

म्हातारी : जमली काय गो पुन्हा तुमची कांग्रेस हिते? आणिक अन्न कोण, माझा बापूस खाईल आत वाढून ठेवलेले ते? सूनबाई, अगो बसतेस काय फतकल घालून? ऊठ आधी बरे.

सुशीला : (मोठ्याने) सासूबाई, पगार नाही.

म्हातारी : काय म्हणतेस?

सुशीला : (मुसमुसत) पगार गेला ...

अनंता : नाही चूक! पगार गेला नाही

यशवंता : (तात्काळ) जाणार नाही

अनंता : पगार गेला नाही, दिला. मी मी दिला

यशवंता : (थक्क) दिला? अप्पा, पण कुणाला?

म्हातारी : काय रे मेल्या, केलेस तरी काय पगाराचे? आं?

अनंता : आई मी मी तो दिला देऊन टाकला दान केला.

सुशीला : आता जगायला नको ग मंदे सकाळपर्यंतसुद्धा! कसं ग माझं नशीब तरी...

म्हातारी : अरे पण दिलास कुणास धगुर्ड्या?

अनंता : एका एका गरजू माणसाला. येताना कीर्तनाहून येताना खूप शांत मनानं येत होतो मी तर त्यानं मला आडवाटेला अंधारात हटकलं.

विमल : अप्पा, मग तो चोर!

अनंता : नव्हे. आडवाटेला हटकतात ते सगळेच काही चोर नसतात बेटा. अंधाराइतकाच काळवंडलेला होता तो आणि खूप भुकेला अगदी वखवखलेला त्याचे डोळे... पुष्कळशा राखेत निखारे चमकावेत दोन, तसे चमकत होते मला तो म्हणाला, जवळ असेल ते मुकाट्यानं द्या बरं हे ऐकल्यावर तुम्हांला तो चोरच वाटेल पण मला त्याची का कुणास ठाऊक, भीती वाटलीच नाही. उलट त्याची गरज उमगली. त्याची दिवसोगणतीची भूक समजली. मी पाकीट पाकीट काढलं आणि स्वाधीन केलं, अगदी निर्भय मनानं

सुशीला : (स्फुंदत) यशवंता! मेले रे मी... साफ बुडाले बघ...

अनंता : मी अजून बोलून संपवलेलं नाही, मला काय म्हणायचंय ते मला जरा पुरतं बोलू द्याल का? यशवंता, मी त्याला पाकीट दिलं आणि तसाच उडत निघून आलो नव्हे, चालत निघून आलो.

सुशीला : काहीच वाटलं नाही जिवाला, बायकोपोरांच्या तोंडचा महिन्याभराचा घास असा काढून वाटेवरच्या चोराची धन केलीत ती?

म्हातारी : अगो काय केलेन गो याने पगाराचे?

सुशीला : सासूबाई, पगार देऊन टाकल्यांनी. सबंध पाकीट!

म्हातारी : अगो काय सांगतेस काय? काय रे लंबकर्णा. आता तुझ्या पोरांच्या तोंडी महिनाभर घास कोण घालील? तुझा बापूस?

अनंता : आई माझ्या बापाला आणि मला घास ज्यानं दिला तोच सर्वांच्या घासाची सोय पाहतो. तो घडवतो, तोच वाढवतो.

म्हातारी : आणिक तू कर दानधर्म!

अनंता : मी काही करतो हाच मुळी मिथ्या अहंकार; मी काही करीत नाही. माझ्या हातून करवते — एक दिव्य शक्ती. ती मला मार्ग दाखवते. मग मला तो कळो, न कळो. आजवर कळत नव्हतं... आज कळलं. आई, कीर्तनाला काय माझ्या इच्छेने गेलो मी? तसं, पाकीट देखील देण्याची आज्ञा झाली मला — आतल्या दिव्य शक्तीकडून. आज ती एकदम जागी झाली आहे, आई. आत कसा सगळा प्रकाशच प्रकाश पडला आहे.

यशवंता : आपली तर झोप उडाली!

सुशीला : खरं नाही वाटत! या गोपूची शपथ सांगा. खरंच पाकीट दिलंत तुम्ही? अखेरचं एकदा नाही म्हणा हो

अनंता : हो. माझ्या गोपूची शपथ घेऊन सांगतो सुशीले, पाकीट देण्याची आज्ञा झाली आणि मी ते दिलं. ते देऊनच झालं. दिल्याचं कळलं देखील नाही म्हणजे मीच ते देत होतो देतो आहे हे दिसत होतं. पण काही देण्यातली वेदना तिळमात्र कशी ती नव्हती. उलट उलट ते दिल्यावर मला फार हलकं वाटलं. इतकं हलकं की

विमल : ए मंदे, आपल्या फीचं काय ग आता?

अनंता : इतकं हलकं वाटलं की मी हवेत तरंगतो आहे असंच मला वाटू लागलं. (घाईने) पण ते खोटं होतं. म्हणजे खरं होतं. पण काय पाहताय? तुम्ही पाहताय काय असे?

विमल : (एकदम) अय्या (अनंताकडेच डोळे फाडून पाहाते आहे.)

मंदा : ए काय ग?

विमल : अग आपले अप्पा मला मला असे सरकल्यासारखे दिसले ग आत्ता! शप्पथ! की मी स्वप्नात आहे? चिमकुटा घे ना. (ती घेते त्यासरशी) आ: आय! जागीच आहे ग मी. म्हणजे खरंच आपले अप्पा

अनंता : होय. आता अधिक वेळ, कुणाला न सांगता गुपित राखणं शक्य नाही मला. त्यात अर्थही नाही इतउप्पर. मला मलाच मान्य केलं पाहिजे ते. त्याला इलाज नाही. मी (अडतो. पुन्हा प्रयत्नांनी) मी – (अनावर होऊन) मी उडू लागलो आहे. उडतच मी इथे आलो.

सुशीला : (सभय कळवळून) यशवंता!

यशवंता : (गडबडून) हॅ:! अशक्यच मंदे, काय म्हणाले ग अप्पा?

विम }
मंदा } (एकमेकीला) ए काय ग म्हणाले अप्पा?

म्हातारी : काय म्हणतो गो तो?

अनंता : मी उडू लागलो आहे.

विमल }
मंद } अय्या! आता नक्कीच ग...

यशवंता : आयला! (थक्क.)

सुशीला : यशवंता, काय होतयं रे हे? यशवंता –

अनंता : त्याला इलाज नाही. उगाच दु:ख किंवा आश्चर्य करू नका. ही विधीच्छा आहे. माझाही त्याला इलाज नाही. कीर्तन ऐकतानाच

काहीतरी होऊ लागलं होतं मला. श्रद्धेच्या सामर्थ्यावरचं आख्यान होतं —

सुशीला : अहो कुणी ऐकलं तर काय म्हणेल कोण?

अनंता : कोण काय म्हणतं त्याची आता यानंतर पर्वा करण्याचं मला कारण तरी काय, सुशीले? मी सर्वांहून वेगळाच झालो आहे.

सुशीला : अहो मनाची नाही तरी निदान जनाची –

अनंता : ती तुम्हांला. उडू शकणाऱ्याला सर्व दिगंत खुलं आहे. लाज चोरी शिंदळकीची; दैवी इच्छेनं उडू लागलेल्याला कसली लाज? काय म्हणून लाज? मला तर सारखी आणखी वर वर जाण्याचीच अनावर इच्छा होतेय. (वर आढ्याकडे पाहू लागतो.)

म्हातारी : लहानपणचा अगोचरपणा तुझा जात कसा तो नाहीच! लहानपणी असाच खोडी काढून ह्यांच्या हातने सुटण्यासाठी झाडावर चढून बसायचा! अरे काही वयाचे तरी भान तूस? आता काय लहान का काय?

अनंता : यानंतर माझा भरवसा नाही. आई, मी तुला सांगून ठेवतो. मी तुमच्यातला नाही. मी कुणाच्यातलाच नाही.

यशवंता : (या सगळ्याने डोके वेगाने चालू झालेले) अप्पा, समजलं. थोडक्यात म्हणजे तुम्ही उडू लागलात. तुम्ही खरेच उडू लागलात अं? पण एकदा पाहिल्याशिवाय खात्री नाही पटणार. काय ग मंदे?

सुशीला : नको! मुळीच नको यशवंता

विमल : अप्पा, एकदाच दाखवा.

मंदा : अप्पा पण जपून हां. मला भीती वाटते

सुशीला : (पुटपुटते आहे भयभीत) नको रे यशवंता... नको रे...

अनंता : (स्वत:ला शर्थीने आवरीत) मला भरीला पाडू नका, सांगतोय तुम्हांला. पण तुमचा विश्वास नाही बसत. खरं नाही वाटत अजून. नाहीच वाटणार. चमत्कार पाहिल्याशिवाय नमस्कार

करणारे नव्हेतच तुम्ही. हाच आहे जगाचा नियम ना! तुम्हांला वाटतंय मी काहीतरी बोलतोय. मला खूळ लागलंय खूळ! भ्रम झालाय! तुमच्या नजरात दिसतंय हे मला. मी असाच त्या कीर्तनाला गेलो कसलीही श्रद्धा मनात नव्हती आणि निघताना श्रद्धेनं कसं ओसंडत होतं मन ... कुठली बाहेरून आलेली नव्हती ही श्रद्धा. कुठून येणार! ही इथलीच आतली होती. माझ्यात सुप्त होती ती. आज तिला जाग आली. आता पुरती जाग आली आहे. कायमची जाग आली आहे. आता सर्व काही स्वच्छ झालं आहे. माझं हे असंच व्हायचं होतं नि तसं झालं आहे. (एकदम उडून अलमारीवर उभा.) सुशीले, तू उगीच दु:ख करू नकोस. दैवी इच्छा पालटत नसते. विमले, मंदे, ओरडण्याचा प्रयत्न करू नका. यानंतर तुमच्या थकल्या फीमुळे कदाचित् शाळेतून नावंदेखील काढतील तुमची पण मग तशी विधीच्छा असेल तर कुणीही ते चुकवू शकणार नाही आणि तसं घडणं नसेल तर कुणीही ते घडवू शकणार नाही, बाळांनो. विधीच्छेवर भरवसा ठेवा. दिव्य शक्तीला माना. अंत:करणातली श्रद्धा जागृत होऊ द्या तीच सर्वांना तारील मंदे, मला जरा हात दे बरं, मला खाली उतरू दे

[मंदा पुढे होते. तिच्या आधाराने काळजीपूर्वक अनंता खाली उतरतो.]

विमल : अप्पा, तुम्हांला उ उडत खाली नाही उतरता येत?

अनंता : दिव्य शक्तीचा आधार उंच होण्यासाठी घ्यावा बाळ. खाली उतरण्यासाठी माणसांचे आधार असतातच.

मंदा : अप्पा, आई रडते आहे.

अनंता : उगीच आसवं वाया घालवते आहेस तू, सुशीले. दिव्य शक्तीचं स्वागत असं रडून कुढून करणारी तू अभागीच म्हणायला हवीस. उलट तुझ्या नवऱ्याला प्राप्त झालेल्या नव्या शक्तीनं

आनंद व्हायला हवा तुला. अभिमान वाटायला हवा. सुशीले, अग आता सगळं विश्व माझ्या झेपेत आलं आहे. अशक्य ते शक्य झालं आहे कोणत्याही सायासाविना! या शक्तीच्या जोरावर मी यानंतर अश्रद्धांना सश्रद्ध बनवीन, दीनदुबळ्यांना शक्ती देईन, अनाथ–अपंगांच्या काळजात त्या महान शक्तीचा दिलासा निर्माण करीन सुशीले, मी हे जग अधिक सुंदर, अधिक निर्मळ बनवणार आहे. कदाचित या जगात एक मोठी क्रांतीच माझ्यामुळे निर्माण होईल! यानंतर यासाठीच माझा जन्म, माझं सगळं काही. दुसरं काही सुचेनासं झालं आहे अनावर होतं आहे आतून सर्व काही मी मी आलो

[अनावरपणे हात पसरून धावत बाहेरच्या गॅलरीकडे जातो आणि कठड्यावर चढून स्वत:ला तीरासारखा खाली झोकून देतो. मागोमाग यशवंत, मंदा, विमल, सुशीला गॅलरीकडे धावतात.]

अंक दुसरा

[अनंत हणमंत कुळकर्ण्यांचे तेच बिऱ्हाड. दुसऱ्या दिवशीची सकाळ. फाटक्या कपड्यातला एक सुतार गॅलरीकडचे दार ठोकून जागच्या जागी लावतो आहे. एक खुर्ची दोन पायात मोडून खचलेल्या स्थितीत पडली आहे. एक-दोन तसबिरी तुटून लटकत आहेत. विमानाचे कॅलेंडर फाटून लोंबते आहे. पोटमाळ्याची शिडी बेपत्ता. गोपाची झोळी तिच्या ठिकाणी नाही. एका भिंतीवर डागच डाग, थुंक्यांचे वगैरे. यशवंता कपाळावर पट्टी बांधलेली जखम, अंगात फाटका गंजिफ्रॉक आणि मळका लेंगा असा मंदाच्या मदतीने भिंतीचा डागळलेला भाग चादर पडद्याप्रमाणे लावून झाकण्याच्या प्रयत्नात.

विमल पलंगाशी बसलेली. हिचा रात्रीचा धसका अजून गेलेला नाही.]

यशवंता : (मंदाने धरलेले चादरीचे टोक बारीक डोळ्यांनी बघत) आं - येस धिस इज क्वाइट ऑल राइट ज-रा वर आं - हां, किंचित् खाली बघू नको, पूर्वीसारखीच धर आता फार वर झाली .. थो .. डी खाली .. थोडी थोडी थोडी .. आं ..आं ..हां, दॅटस बेटर धर तशीच - अं?

मंदा : (चष्म्यावाटे) मामा, मला कंटाळा आला.

यशवंता : (चादरीचे एक टोक भिंतीशी धरल्यामुळे जागचे हलता येत नाही) सुतार, प्लीज हातोडा अँड वन खिळा - (सुतार एकदा बघून दुर्लक्ष करीत आपल्याच कामात) विमले, हातोडा अँड खिळा प्लीज ए विमले

विमल : मला नको काही सांगूस

यशवंता : अग मग कुणाला सांगू? साला रात्रभर एकटा खपतोय. गर्दीला मी तोंड दिलं, पोलीस मीच बोलावले, पेपरवाल्यांना गाठून

आज सकाळची प्रेस–कॉन्फरन्स मीच ठरवली. डॉक्टर बोलवून अप्पाचा पाय मीच बँडेज करून घेतला. सुतार मी आणला, इथला ढीगभर कचरासुद्धा रात्री पडलेला या पठ्ठ्यानं एकट्यानं काढून टाकला. आता ही रूम सजवण्याचं काम मीच एकटा उत्साहानं सकाळपास्नं करतोय. यात मदतीला ही मंदा आहे, बस! आणि तू तुला म्हटलं साधा हातोडा नि खिळा दे तर तू आखडलीस! (स्वत:च हातोडा आणि खिळा घेऊन येत) साला धमाल झाली रात्री!

विमल : आई ग! आठवणीनंसुद्धा अंग गार पडतं! मला तर रात्रभर झोप नाही.

मंदा : (चष्म्यावाटे) अग मी तर माणसांच्या खेचाखेचीत चेंगरूनच गेले. हातपाय हलवताच येईनात. मी कुठं आहे ते माझं मलाच समजे ना. भोवतालच्या ओरड्यानं कान फुटायला आले. मी ओरडत होते, अरे जरा बाजू, माझा चष्मा फुटेल माझा चष्मा फुटेल आणि ते माझं मलाच ऐकू येत नव्हतं!

विमल : ई! माझ्या अंगावर एकानं पानाची पिचकारीच मारली!

मंदा : मला वाटत होतं की ते सारं कधी संपणारच नाही. वाढणार! आणि सगळं जग गिळून टाकणार!

विमल : रात्रभर मला झोप नाही. जरा डोळा लागला की घाबरून जागंच व्हायला व्हायचं! कशी छानछान स्वप्नं पडायची मला – कालपास्नं जशी काही नासून गेलीत सगळी.

यशवंता : (चादरीचे एक टोक पक्के करण्यासाठी खिळ्यावर हातोडा मारताना बोट शेकून) आ: – ओय ! हॅ:! (बोट दाबून धरतो.) विमले निदान आयडिन? (मग बोट चोखीत) राहू दे नाहीतर तेसुद्धा सालं – मुकाच तर मार आहे. कामं व्हायला हवीत भराभर आता!

मंदा : (त्याचा अवतार आणि त्याला विशोभित असा त्याचा उत्साह

पाहात) मामा, तुला झोपबीप काही नाही येत?

यशवंता : झोप? हॅ:! अग रात्रीपासून सालं कसं चिकार जागं झाल्यासारखं वाटतंय मला!

सुतार : (काम संपवून) साब, दरवाजा फिक्स हो गया.

यशवंता : आं? बघू? (जाऊन तपासून पहातो. तसाच येऊन पुन्हा चादरीकडे दाखल.)

सुतार : ओ साब, काम हो गया तो हमारा पैसा दे दो जल्दी.

यशवंता : हां. (चादर लावण्याच्या कामात.)

सुतार : हमारा पैसा दे दो साब – हमकू टैम नही, जल्दी देव. चलो.

यशवंता : (वस्कन) अरे देता है तो! ज़रा वो खुर्चीको तर देखो, तोवर हम देखता है.

सुतार : वो तो रिपेर नही होगी. बिलकुल कंडम हो गयी है.

यशवंता : हां – अच्छा. (कामात.)

सुतार : साब पैसा मंगताय!

यशवंता : (एकदम टीप लावून) अरे मग काय बुडवतोय का काय तुझे पैसे? घाई है तो जाव, बादमें आव पैसे के लिये.

सुतार : अभी मंगातय.

यशवंता : च्यायला – (एकदम सुचून) छुटा है छुटा? शंभर? वन हण्ड्रेड? नही तो बादमे आना पडेगा. हमारे पास हंड्रेडच्याच नोटा आहेत सगळ्या. जाव. (तो उभाच.) अरे जाव बोलतो तर! (एकदम डोकेच जाऊन) गेट आऊट यू ईडियट – यू बगर, यू – यू सुव्वर – काम अच्छा नही है तुम्हारा – हम पैसा नहीं देगा, जाव – जाव नही तो –(अंगावर चालून गेल्यासारखे दाखवतो. हातात हातोडा आहेच. सुतार मागल्या पावली पसार. तो गेल्यावर परत येत) हॅ: साला लेबर प्रॉब्लेम भलताच टाइट झाला अलीकडे! पैसा, बास!

मंदा : (चष्म्यावाटे) मामा, त्याचं नक्की काय चुकलं असं तुला

वाटतं?

यशवंता : अग पैसे नाहीतच आपल्याकडे तर त्याला कुठले देणार आत्ता? रात्री अप्पा पाकीट देऊन बसला त्या, वाटेवरल्या वाटमाऱ्याला! त्याला दया आली त्याची म्हणून याला असं पाठवण्याची पाळी माझ्यावर आली! त्याचं काय आहे एवढं, पैसे आले की देऊन टाकू. मी तसा राजा माणूस आहे, मंदे! आणि आता बघ कसे येतील पैसे ते! आता आपण ऐकत नाही, मंदे! काल रात्रीपान्स ग्रह एकदम वधारले आपले (मध्येच नुसता उभा रहतो.) डोकं गरगरतंय सालं! रात्रभर जागरण, त्यात धावपळ! (मग पुन्हा कार्यप्रवृत्त होत) धर, ही खुर्ची धर जरा अशी – हिचं काहीतरी करायला हवं तात्पुरतं. अग इथं माणसं येणार खूप. त्यांना बसवायचं कुठं नाहीतर?

मंदा : (खुर्ची धरीत) पण मामा, खुर्ची पार मोडल्यय ही –

यशवंता : यस, पण हा यशवंतमामा धड आहे ना बच्ची! बघच तू जरा– (डोके जरा खाजवून आत धावतो. आतून एक अवजड लाकडी पेटी सरकवीत आणतो जिवाच्या कराराने आणि खुर्चीखाली लोटून देतो. खुर्ची उभी राहते.) काय? अं? दॅटस् दॅट यशवंतराव! (पलंगावरची एक बरी चादर काढून ती खुर्चीवर घालतो आणि ती व्यवस्थित करीत) आहे की नाही भेजे शरीफ? आता बच्ची, तू त्या तसबिरी नीट लावून टाक बरं. विमल बच्ची–

विमल : मी बच्ची नाही.

यशवंता : बरं मॅडाम विमल, तेवढं ते कॅलेंडर फाटलंय तेवढं फेकून द्याल काय?

विमल : मला नाही जा काही करावंसं वाटत! मला कंटाळा आलाय सगळा. काहीतरीच झालंय सगळं – काहीतरीच.

यशवंता : बैस पाय गाळून! तो अप्पा नि सुशी तिकडे आत बसल्ययत,

तू इथं बैस. चलती दाराशी आल्यय तर तुम्ही बसा रडत! अग पुष्कळ पुष्कळ साड्या हव्यात ना तुला? उंची उंची? झालंच तर डायमंडची नेकलेस – इयरिंग्ज, रिंग्ज – खऱ्या, स्वप्नातल्या नव्हेत – मग कामाला लाग! स्वस्थ बसाल तर फसाल – त्वरा करा! एकच संधी!

विमल : रात्री मिळालं सगळं. अप्पांचा पाय मुरगळला. आजी तोंडघशी आपटून तिला मुका मार लागला. तुझ्या कपाळाला खोक पडली. गोपा चिरडूनच जाणार होता. मी आणि मंदा तुडवून निघालो चांगल्या. आई घाबरून बेशुद्ध पडली होती आणि घराची नासधूस झाली ती वेगळी!

यशवंता : मग? अग नशिबाचा महापूर येतो तो असाच येत असतो – उफाळत, फुसांडत, फेस ओकीत – एखाद्या पिसाळलेल्या, काय म्हणतात त्या मदोन्मत्त जंगली हत्तीसारखा. तो काय नळाच्या धारेसारखा ताळूवर ठिबकेल? छाती असेल त्यानंच अंगावर घ्यावा तो, भलत्याचं काम नाही! साला खोक पडणं नि पाय मुरगळण्याचं काय घेऊन बसलीस? डोकं फुटलं असतं तरी बेहत्तर होतं! तुटो हे शरीर, फुटो हे मस्तक, नशिबाचा गजर सोडो नये! बघ साला, अभंग सुद्धा सुचला मला! (उभा राहतो जरा.) थांब! पुन्हा डोकं गरगरलं. सकाळपास्नं चहासुद्धा घेतलेला नाहीय. जा, आईला सांग तुझ्या, म्हणावं मामाला चाय हवा! टी वॉंटेड!

[विमल नाखुषीनेच जागची उठते. आत जाऊ लागते आणि आतून सुशीला येते. मुद्रा म्लान.]

यशवंता : बरी आलीस सुशे, चहा हवाय मला.

[विमल गॅलरीकडे गेलेली.]

सुशीला : माझ्याच्यानं काही होणार नाही बघ आता, यशवंता. (पलंगावर बसते डोके धरून.)

यशवंता : कमाल आहे! सुशे, तूच जर या वेळी अशी हातपाय गाळून बसलीस तर –

सुशीला : जिवंत आहे हे नशीब समज, बाबा. आणि त्यांचा पाय फार दुखतोय रे. त्यांची अवस्था बघून भडभडून येतं बघ. पगाराचं पाकीट कोटाच्या खिशात सुखरूप मिळालं –

यशवंता : काय? मिळालं?

सुशीला : हो. रात्री कशालासे कोट रापू लागले तर पाकीट सापडलं. सगळे पैसे होते. धांदरटपणानं पैशाचं पाकीट म्हणून बिलांचंच पाकीट देऊन मोकळे झाले त्या माणसाला –

मंदा : अप्पांची तर कमाल!

सुशीला : मला काळजी वाटते रे त्यांची.

यशवंता : अग होईल अप्पा बरा. फक्त पाय तर मुरगळलाय.

सुशीला : पण हादरलेत केवढे यशवंता, तुला कल्पना नाही. रात्रभर डोळ्याला डोळा नाही त्यांच्या. तळमळत होते. काही विचारावं तर हूं नाही का चूं नाही. पहाटे जरा डोळा लागला, तर कण्हत होते केवढ्यांदा! यशवंता, काय होणार रे सगळं?

यशवंता : सुशे, सगळं छान होणाराय आता! बेफाम होणाराय!

सुशीला : मला तर ब्रह्मांड आठवतंय रात्रीपास्नं. (शहारते) काय माणसं रे ती! अजून ते चेहरे नि तो दर्प जात नाही बघ आठवणीतनं!

यशवंता : अग रात्रीच्या शेवटच्या शोची माणसं ती. त्यातच या बाजूचे मवाली मिसळले. उडताना दिसलाच जर अप्पा त्यांना चक्क–

[आतून चाचपडत, खुरडत अनंताची आई येते.]

म्हातारी : गो सूनबाई, ते रातरी काय गो झाले ते? असे काय गो झाले? असे काय केल्यांनी त्या जळ्ळ्या माणसांनी? अगो, काय चोरी शिंदळकी काय केली होतीन का काय गो माझ्या अन्ताने? तोंडात किडे पडले गो मेल्यांच्या. खिदळले गो, मी पडले तर केवढ्यांदा – गो सूनबाई, आठवण नको वाटते गो, पण

आठवणीवरनं आठवण होतेच! आता करू तरी काय –
(हातवारे करीत, हरवल्यासारखी जाते कुठे तरी.)

सुशीला : (यशवंताला) यांना समजावून समजावता येत नाही बघ, काय झालंय ते! गांगरून गेल्यात अगदी.

यशवंत : अग पण घरात घडतं ते सगळं या म्हातारीला कळलंच पाहिजे असं काय म्हणून? म्हातारं माणूस, त्यात आंधळं नि बहिरं – गप्प बसावं कोपऱ्यात, आठवणींवर आठवणी करीत! पण सुशे, आता बरी दिसते का नाही खोली? आं? प्रेझेंटेबल, रात्रीच्या मानाने? कसं आहे डेकोरेशन? अं? येऊ देत आता कोण येतात ते.

सुशीला : कुणी देखील नको यायला आता, असं वाटतंय.

यशवंता : पण ते आता टळणारच नाही सुशे. अग बघ – हा सकाळचा नरकेसरी तर वाच – घे! (हातात वर्तमानपत्राचा अंक उलगडून ठेवतो.) वाच – मोठी बातमी दिल्यीय बघ पहिल्याच पानावर. उडणाऱ्या माणसाचा चमत्कार; मध्यरात्री मध्यमुंबईत दंगल; वातावरण तंग; पोलीस संरक्षण दिले — वाच! पहाटे जाऊन आधी पेपर विकत आणला ना मी. माझं नावसुद्धा आहे बघ — यशवंतराव एम. उपाध्ये यांनी वेळीच प्रसंगावधान वापरून पोलिसांची मदत मागविली — बघ! खालून चौथी लाइन — हूं वाच!

मंदा : (चष्म्यावाटे संशयाने) बातमी तूच दिली असशील, मामा–

यशवंता : अग तर! पोलिसांना फोन केला नाक्यावरनं तेव्हांच पाठोपाठ नरकेसरीला पण कळवून टाकलं! म्हटलं खोटी नको उगीच. शुभस्य शीघ्रम्! संपादकांच्या खास सूचनेवरनं बातमी देतोय अशी थापसुद्धा ठोकायला विसरलो नाही. बघ ना केवढी ठळक आल्यीय बातमी! म्हणतो काय, नशीबच फळफळलंय आपलं रात्रीपास्नं!

सुशीला : मंदे, कार्टे, हा पेपर लपवून ठेव आधी. यांना दिसायला नको उगीच.

यशवंता : तो का?

सुशीला : अरे आधीच पुष्कळ त्रास होतोय त्यांना; त्यात भर तरी नको.

यशवंता : असं म्हणून काय होणार? हे बघ सुशे, आता करेक्ट सव्वा नवाला ते लोक इथं येतील — ते — वर्तमानपत्रांचे. काही रिफ्रेशमेंट वगैरे तयार हवीत बरं त्यांच्यासाठी. लाइट स्नॅक्स, चहा-कॉफी. अग, बोलून चालून प्रेसची माणसं ती; साधीसुधी नव्हेत!

सुशीला : मला काहीसुद्धा सांगू नकोस म्हटलं ना तू. कुणी यायला नको इथं. त्यांना म्हणावं आलात तसे चालते व्हा.

यशवंता : चालते व्हा? अग पण —

सुशीला : मग काय उपकार का करणारायत ते आपल्यावर, इथं येऊन? पुन्हा त्या निमित्ताने आणखी बातम्या!

यशवंता : वा, मग? अग त्यासाठीच तर सगळा खटाटोप!

सुशीला : आणि ते पोलीस जिन्याशीच धरणं धरून बसलेत रात्रीपास्नं! खाली आणखी आहेतच. आळीला शोभा!

यशवंता : सुशे, अग ते प्रोटेक्शन आहे आपल्याला —

विमल : (गॅलरीकडून येऊन) अग आई, वरच्या मजल्यावरची कमी मला आता विचारत होती, अप्पांना पकडलंय का तुमच्या म्हणून! ती म्हणत होती, की तिचे बाबा म्हणत होते, परिस्थितीनं गांजला बिचारा नि अखेर बुवाबाजीला लागला! नाही, हळूच बोलतेय मी — पण अप्पांबद्दल म्हणत होते ग ते!

सुशीला : लाज नाही वाटत कार्टे, हे मला येऊन ऐकवायला?

विमल : अग पण —

सुशीला : त्यांना म्हणावं, परिस्थितीनं गांजलो तर तुमच्या दारी नाही ना आलो, वाढा म्हणून?

मंदा : (चष्म्यावाटे) पण आई, तसं त्यांना वाटलं – तर त्यात त्यांची चूक काय आहे? नाही म्हणजे एक शंका...

सुशीला : (तापून) चूक काय आहे? (एकदम सूर पाडून) काय आहे चूक? काय आहे रे यशवंता? नाहीतरी – नाहीतरी सगळं तसंच झालंय. मला तर खोटंच वाटतं बघ एकेकदा!

यशवंता : वाटतं ना? छान! अग सुशे, अजून तुला उमगत नाही! अग नशीब उजळलंय नशीब आपलं – माझं, तुझं, या विमल–मंदाचं, अप्पाचं – त्याचंसुद्धा – आणि तुझ्या गोपूचं – अग गंगा आलीय गंगा – राजापूरची नव्हे, काशीची. उडी घालील तो शहाणा, रडत बसेल तो नालायक! ऊठ आधी सुशे, मला चहा दे. अग पहाटेपास्नं एक कप चहा नसावा मला, एवढी सगळी खटपट करून? अं? चल –

विमल : आणखी ना मामा, बाहेर रस्त्यावर पुन्हा गर्दी जमू लागलीय.

सुशीला : (भयभीत) गर्दी? अगो बाई! यशवंता, पुन्हा होणार का रे तसंच? आपण हवं तर जाऊ या निघून कुठे तरी इथून — लगेच निघू का? मरू दे संसार –

यशवंता : सुशे, निघून जाण्याची वेळ नव्हे ही, अग घोडामैदान आता हेच आहे! आता तर इथं राहाण्याची खरी गरज आहे सुशे, आणि हे बघ, रात्री हल्ला केला नव्हता काही लोकांनी आपल्यावर –

मंदा : (चष्मा सावरीत) आक्रमण केलं होतं.

यशवंता : तू गप्प हो आधी, मंदे! अग सुशे, खरा प्रकार आहे तरी काय ते बघायला लोटले सगळे – बास!

सुशीला : आणि इतका हैदोस घातल्यांनी!

यशवंता : अग प्रत्येकाला अप्पाला नीट बघायचा होता! त्यात आपली ही जागा लहान पडली आणि त्यातच अफवा उठल्या, अप्पाला शहामृगासारखं डोकं आहे, त्याला कोंबड्यासारखा तुरा आहे, तो होल्यासारखा ओरडतो – नाना प्रकार – आणि त्यात तो

मुळी गर्दी बघून पळूच लागला पोटमाळ्यावर –

सुशीला : लपले असते कुठं तरी मेलं बरं झालं असतं. हातीपायी धड तरी राहिले असते! पण ते शिडीवरून वर जायला बघत होते नि तू त्याचा पाय धरून खाली ओढत होतास – तर काय! मी बघितलं!

यशवंता : अग सुशे, वर जाऊन पुन्हा उडाला असता तो म्हणजे? कल्पना कर, रात्र – काळोख – त्यात अप्पा घाबरलेला – सैरावैरा उडाला असता कुठे नि परत यायलाच जमलं नसतं म्हणजे? मी फक्त एक पाय घट्ट धरून होतो त्याचा – आणि त्यात पोटमाळ्यावरची शिडी तुटल्याबरोबर खिडकीकडे धाव मारायला लागला तो. त्याच्याच सुरक्षिततेसाठी प्रयत्न होता माझा. मी पाय सोडला नाही, तो वेडावाकडा आपटला. आता यात माझं काय चुकलं? माझ्या नाही खोक पडली? नंतरच्या गोंधळात काय वाटेल ते झालं.

सुशीला : कुणाचंच नाही काही चुकलं, माझंच नशीब तसलं! माझंच!

यशवंता : वाजले किती?

मंदा : (पाहून) सव्वा बारा. रात्रीपास्नं घड्याळ बंद आहे.

यशवंता : साला वक्त कसला नि एक चालू घड्याळ नाही घरात! पण जाऊ दे. आय मस्ट गेट रेडी नाऊ! मला तयार व्हायला हवं – थांबा इथंच सगळ्यांनी. अं? आणि आमचा चमत्कार बघा! मिरॅकेल! जस्ट इन अ फ्यू मिनिट्स – कमिंग! (आत जातो गडबडीने.)

[आतून अनंताची आई चाचपडत येते.]

म्हातारी : गो सूनबाई, मी काय सांगत होते बघ तूस... काय ते बघ. (कोरी होते.)

सुशीला : (ओरडून) काय म्हणता, सासूबाई?

मंदा : रात्रीपास्नं आजीचं आणखीच सगळं बिघडलंय.

विमल : (ओरडून) आजी काय म्हणत होतीस?

म्हातारी : (कोरीच. मग कशीबशी) काय गो तो दंगा... राक्षस गो सगळे... केवळ गो ओरडा तो... (हातवारे करीत आत निघून जाते. वाटेत एकदा हेलपाटू बघते पण स्वत:ची स्वत:च सावरून आत जाते.)

सुशीला : रात्रीपास्ने अन्नाचा कण नाही गेलेला कुणाच्या पोटात.

मंदा : (चष्म्यावाटे) माझा अभ्यास राह्यलाय. येत्या आठवड्यात परीक्षा आहे. मी म्हणते, हे अप्पांना तरी आपल्या, उडण्याचं काय सुचलं एकदम? साधे धावलेले सुद्धा आठवत नाहीत कधी.

विमल : मला तर सगळं स्वप्नच वाटतंय! एक वाईट स्वप्न!

मंदा : अप्पा उडू लागलेत आणि मामाला आणखीच काहीतरी झालंय. अंगात संचार व्हावा तसा करतोय तो रात्रीपास्नं!

सुशीला : (डोके धरलेले) मला बहुतेक वेड लागेलसं वाटतंय.
[अंगाला घट्ट आणि आखूड होणारा एक जुना सूट घातलेला आणि केसांचा त्यातल्या त्यात भांग पाडलेला यशवंता आतून येऊन उभा स्टायलिश स्मित करीत.]

यशवंता : हलो एवरीबॉडी! हाय!

सुशीला : (थक्क) यशवंता!

मंदा–विमल: (सुन्न) मा–मा!

यशवंता : (खिशातून एक चिरूट काढून तोंडात भरून) या, मी!

सुशीला : यशवंता, अरे तू तरी नीट आहेस ना? का झालं काही तुला सुद्धा...

यशवंता : यशवंता? व्हॉट यशवंता? सुशे, आय वाय. महादेव!

मंदा : (चष्म्यावाटे) काय?

यशवंता : हो हो, यानंतर मी मिस्टर वाय. महादेव एक्स्वायर! यशवंता महादेव उपाध्ये संपला – कायमचा मेला – मेला!

सुशीला : काहीतरी अभद्र बोलू नकोस!

यशवंता : अभद्र? काय अभद्र? अग हे भद्र! अग सुशे, आता हा पठ्ठ्या चालला – वर – उत्कर्ष शिखरावर! आमची ऊर्जितावस्था आली! सुशे, अग सोशल आणि पब्लिक लाइफमध्ये इमॅजिनरी आणि सक्सेसफुल मॅन म्हणून तळपणारा काय साधा यशवंता उपाध्ये असू शकतो? नो, सुशे, नो! आय महादेव एस्क्वायर! (खिशातून खोटे खोटेच व्हिजिटिंग कार्ड काढून दिल्यासारखे करून, वाकून) मायसेल्फ! माय फोन नंबर अँड अॅड्रेस ईज देअर – ऑन द कार्ड. सी मी एनी टाईम! (टाचा उंचावून जागच्याजागी वरखाली होत उभा.)

[आतून अनंत हणमंत खुरडत येतो. चालण्याला फार कष्ट होताहेत. दाढी थोडी वाढलेली. अवतार पार विस्कटलेला; केविलवाणा.]

विमल : कोण? अप्पा!

सुशीला : अगो बाई! तुम्ही कशाला आलात बाहेर?

यशवंता : अप्पा, अप्पा, अहो असे इतक्यातच चालू लागलात तर पाय जास्तच दुखेल! छे छे छे! आणि अशा अवतारात कशाला आलात बाहेर? हॅ:! अहो, कुणी पाहिलं म्हणजे? मंदे ते दार आधी नीट लावून घे बघू. विमले, खिडकी लाव आधी ती. (अनंताला बसवून) काय अप्पा, कसं काय वाटतंय आता? यानंतर काळजी घेतली पाहिजे तब्येतीची. आराम करायला हवा. डॉक्टर सांगून गेलेत, बेड–रेस्ट दिली पाहिजे म्हणून थोडे दिवस. म्हणजे मधून–मधून उठून इथं यायला हरकत नाही – पण ते मी बोलवीन तेव्हांच – काय?

अनंता : वाजले किती?

मंदा : (भिंतीवरच्या बंद घड्याळाकडे पाहात) सव्वा बारा – रात्रीपास्नं घड्याळ बंद आहे.

अनंता : खरे किती वाजले? किती वाजले रे यशवंता?

यशवंता : (मनगटावरचे घड्याळ बघून लपवीत) आं? नाही, चालू नाही ते – जुनंच आहे – माझं आहे – रिपेअर करायचं जमलंच नाही...

अनंता : किती वाजले बघून येईल का कुणी?

[मंदा दार उघडून बाहेर जायला निघते.]

यशवंता : अग – अग! केवढं उघडतेस दार! हां, घे, लावून घे घट्ट. अप्पा, म्हणजे – हे असं राहून नाही चालणार बुवा आपल्याला यानंतर. आपल्याला म्हणजे तुम्हांला. म्हणजे हे असं – अस्वच्छ–

अनंता : तो चिरुट आधी बाहेर फेकून दे.

यशवंता : (तोंडातला चिरूट जरा खजील होऊन खिशात सारीत) वेल, अप्पा–

सुशीला : पाय फार दुखतोय का?

अनंता : पायापेक्षा मोठा ठणका लागलाय.

यशवंता : डॉक्टरांना आणू, अप्पा?

अनंता : हे कपडे कुठून आणलेस?

यशवंता : हे – हा सूट म्हणता? – हा माझाच – हो – म्हणजे जुना – वापरला नव्हता कितीक वर्षांत.

अनंता : कुणाच्या लग्नाला चाललायस?

यशवंता : अप्पा लग्न – अंहं! लग्नाला नव्हे – लग्नाला कसला – इथंच.

[गॅलरीकडून मंदा येते.]

मंदा : साडेआठ, अप्पा.

अनंता : (कष्टाने उठत) आणि मग स्वस्थ काय बसलाय? (सुशीलेला) काय हो, हपिसला जायचंय मला –

यशवंता : आं? म्हणजे भलतंच अप्पा – म्हणजे – ऑफिसला कुठं जाता?

अनंता : का? रोज तिथंच जातो की.

यशवंता : पण अप्पा रोज आणि आज – फरक आहे फार –

अनंता : नको. घरी बसून चैन नाही पडणार.

सुशीला : पाय एवढा दुखतोय तर बसावं आजचा दिवस घरी.

अनंता : नको. त्यापेक्षा हपिसात बसेन. कामात वेळ जाईल. विसर पडेल.

मंदा : कसला विसर, अप्पा?

अनंता : जे झालंय त्याचा. आणखी कसला?

यशवंता : आता – कसं सांगावं अप्पा – अप्पा, यानंतर ऑफिसला जायची तुम्हाला गरजच नाही.

अनंता : आणि काम कोण करील, माझा सासरा?

यशवंता : नव्हे, तसं नव्हे अप्पा – पण – यानंतर घरच्या घरी पैसे मिळतील अप्पा – पुष्कळ पैसे –

अनंता : बसल्या बसल्या गेले कित्येक दिवस तू इथं मिळवतोस आणि घालवतोस तसले? मनातल्या मनातले? (सुशीलेला) तू तरी काय ऐकत राह्यलीस, पाणी काढ अंघोळीचं – गार चालेल. वाढ रात्रीचं काय शिल्लक असेल तेच. लेट झाला तर धडगत नाही – हिंस्त्रबुद्धे खाईल मला! (चालू बघतो आतल्या दिशेने. पाय टाकण्याचे कष्ट होताहेत.)

सुशीला : म्हणतोय यशवंता तर ऐकावं –

अनंता : अग त्याचं ऐकू? काय झालंय काय तुला? तुम्ही – तुम्ही बसा सर्वांनी, मीच अंघोळीचं पाणी –(पुन्हा कष्टपूर्वक पावले टाकतो दोन.)

मंदा : अप्पा तुम्हांला फार त्रास होतोय.

अनंता : होय बेटा. (आणखी एक पाऊल टाकतो.) अहो वाढायला येता ना?

यशवंता : (जाऊ बघणाऱ्या सुशीलेला हलकेच) जाऊ देऊ नकोस! सगळंच

मुसळ केरात जाईल अशानं!

[सुशीला अडते. एकटाच अनंता आणखी दोन पावले टाकतो. आता यशवंता पुढे होतो.]

अप्पा, मी – मी तुम्हांला कुठे जाऊ देणार नाही.

[अनंत थबकतो.]

म्हणजे पायाला जास्त इजा होईल तुमच्या – कदाचित कायमचं लंगडं व्हावं लागेल – हो ना – डॉक्टरच म्हणालेत असं – (मंदाला खुणावतो 'तू बोल' म्हणून. पण ती गप्प. विमलला खुणावतो. तीही गप्पच.) तुम्ही जाता कामा नये. अप्पा, माझं ऐकलं पाहिजे तुम्ही. मी – मी अडवीन!

अनंता : (चमत्कारिक हसत) मी उडत जाईन!

[सुशीला आणि विमल धसकतात. मंदा कान आणि चष्मा टवकारते.]

यशवंता : पण पाय दुखावलाय तुमचा, अप्पा. त्यात – अप्पा – (जोराचा विचार करतोय. पोटमाळ्याच्या तुटलेल्या शिडीकडे बघतो, खिडकीकडे बघतो. एकदम जाऊन 'नरकेसरी'चा अंक – मंदाने पलंगाखाली नीट लपवून ठेवलेला – काढून अनंताच्या हाती देतो.) हे छापून आलंय हे वाचा अप्पा. हा नरकेसरी.

सुशीला : (भयाने, नापसंतीने) यशवंता...

[अनंता ते सर्व वाचतो एकाग्रपणे; मग अंक बाजूला करतो. थोडा विचारमग्न होतो. खचला आहे. पलंगाकडे येऊन त्यावर बसतो.]

अनंता : सगळ्या वाटाच बंद झाल्या म्हणायच्या. खिंड लढवलीच पाहिजे!

यशवंता : अप्पा – (घुटमळून) अप्पा, माझ्या डोक्यात एक स्कीम आहे.

अनंता : एकच?

यशवंता : नाही. आतापर्यंत असत तसली नव्हे काही – ही नवी आहे – म्हणजे वेगळी आहे. अप्पा, तुमचं नि माझं, आपलं सर्वांचंच कोटकल्याण आहे त्यात – जन्माचं कल्याण आहे.

अनंता : (त्याला न्याहाळीत) या कपड्यात तू फार विलक्षण वाटतोयस, यशवंता.

यशवंता : तेच! विलक्षण झालंच आहे ना अप्पा – म्हणजे ग्रह एकदम फिरलेत – नशीब उजळलंय – सोन्यासारखी संधी आल्यीय चालून, अप्पा –कधी येणार नाही अशी – पर्वणीच – आणि मी म्हणतो त्यात आपण हात धुऊन घ्यायचे नाहीत काय म्हणून? (अनंत गप्प. हे पाहून) काय ग मंदे?

मंदा : (चष्मा सावरीत) काय म्हणालास? मी जरा विचारात होते.

यशवंता : तू तसलीच! सुशे, अग आपल्या हाती एक सुरेख साधन सापडलंय – एक युक्ती.

अनंता : (उठत) युक्ती?

यशवंता : हो, म्हणजे साधन – पुष्कळ पैसे मिळवण्याचं.

अनंता : मूर्ख आहेस! म्हणजे – तसं नव्हतं म्हणायचं मला – पण असमंजस आहेस. यशवंता, अरे दैवी इच्छा म्हणजे टाकसाळ नव्हे की तो, तुझा आकडा नव्हे – सहसा न लागणारा –

विमल : अप्पा!

[यशवंता जरा संकोचलेला.]

अनंता : ते काहीतरी फार मोठं आहे – आपल्या हातून इच्छेप्रमाणं घडवणारं – त्याला हवं ते नाटक करायला लावणारं – हसवणारं, रडवणारं आणि उडवणारंसुद्धा. आपण खेळणी आहोत त्याची.

यशवंता : अप्पा आता कसं सांगावं तुम्हांला!

अनंता : ते वरदान आहे तसाच तो शाप आहे. आता कळतंय ना ते मला. किंबहुना ते हे सगळं नि यापलीकडचं पुष्कळ आहे.

मंदा : (चष्मा सावरीत) म्हणजे अप्पा, नक्की काय आहे असं म्हणायचंय तुम्हाला?

अनंता : ते बेटा, मलाच नाही समजत. आपण फक्त मान तुकवून राहायचं उभं – आलीया भोगासी असावे सादर – ठेवोनिया भार...

यशवंता : हेच – हेच ते! हेच पसंत नाही आपल्याला! गंगा दाराशी आल्याय सुशे, आणि ती अंगावरून जायची वाट बघा तुम्ही! अरे मारा उड्या तिच्यात, पुण्य लावा गाठीला मावेल तितकं – लुटा गंगाजळ – हाच क्षण महत्त्वाचा आहे – उद्या संधी गेली म्हणजे पस्तावाल! सुशे, हा अव्यवहारीपणा होतोय, तुला सांगतो! हे बघा अप्पा– तुम्ही उडताय हे आता जगजाहीर होऊन चुकलंय.

मंदा : तूच केलंस–

[अनंता यशवंताकडे चमकून पाहतो.]

यशवंता : हो हो, मी केलं! मग? काय बिघडलं त्यात? खरंच जर आहे तर ते जगजाहीर करायला चोरी कसली? कसली भोंदूगिरी तर नाही यात! अगदी शंभर नंबरी सत्य आहे! आणि काल रात्री एवढ्या लोकांना कळलं त्यानंतर गुप्त थोड्याच राहणार होत्या गोष्टी? मी वर्तमानपत्राला कळवलं – बातमी छापून आणली – प्रेसकॉन्फरन्ससुद्धा बोलावल्यय पत्रप्रतिनिधींची इथं, अप्पा – आत्ता सव्वा नवाला – पुढारी बोलावून काहीबाही जाहीर करतात तसली – तुमच्यासाठी –

अनंता : पण – पण मला तर काहीच नाही जाहीर करायचं –

यशवंता : वा! नाही कसं? करायचंय!

अनंता : काय?

यशवंता : तुम्ही उडू कसे एका नाट्यपूर्ण घटनेने लागलात, म्हणजे ती

शुक्रवारची संध्याकाळ – दिवस असा कलत होता – भगवान सहस्त्ररश्मी... वगैरे – झालंच तर उडण्यासाठी तुम्ही कसकसे प्रयत्न जाणीवपूर्वक केलेत, स्फूर्ती कुणापासून घेतली, तुमचे या क्षेत्रातले गुरू किंवा आदर्श कोण, – थांबा – (खिशातून एक चुरगळलेला कागद शोधून काढून) हां, झालंच तर तुमची या क्षेत्रातली महत्त्वाकांक्षा कोणती आहे – झालंच तर ... ऊं ऊं...

अनंता : (उठून खुरडत आतल्या दिशेने चालू लागत) झालंच तर तुम्ही कोणत्या साबणानं अंघोळ करता – तुमची कांती मृदू आणि मुलायम राहण्याचं रहस्य कोणतं –

यशवंता : अप्पा, थट्टेची वेळ नव्हे ही! खरं म्हणजे कशालाच वेळ राह्यलेला नाही आता. एवढ्यात मंडळी येऊसुद्धा लागतील –

अनंता : (थांबलेला. वळून) मंडळी?

यशवंता : हो. वाचलंत नाही त्या बातमीत – शेवटी – शास्त्रज्ञ, डॉक्टर्स, प्रोफेसर्स, योगाभ्यासू, मांत्रिक, भाविक, सिनेमावाले आणि बघे यांची रीघ हा आधुनिक युगातला चमत्कार देखता डोळा पाहण्यासाठी लागेल हे निश्चित.

अनंता : (खचत) पण मग ...

यशवंता : ती लागणार – हे निश्चित. त्यासाठीच छापलंय ते. अर्थात् काल रात्रीसारखं काही होणार नाही. आता शिस्त राखली जाईल. पोलिसांचं प्रोटेक्शन आहे आपल्याला. पण तुम्ही केलंत ते तसं साधं नव्हे, अप्पा – ते फार विलक्षण आहे– अहो आश्चर्य आहे ते या युगातलं – मी डोळ्यांनी बघितलं म्हणूनच विश्वास ठेवला. अप्पा, पैशाची खाण आहात तुम्ही! म्हणजे खाण सापडल्यय तुम्हांला –

[अनंता दोन्ही हातात डोके खुपसतो. त्याची आई चाचपडत,

हातवारे करीत येते आणि जाते आत.]

सुशीला : (खालच्या सुरात) फार त्रास होतोय रे त्यांना, यशवंता –

यशवंता : (खालच्याच सुरात) होऊ दे – त्यानंच सुधारेल तो – (मोठ्यांदा) अप्पा, मी बोलतोय त्यानं त्रास होतोय का तुम्हाला? हवा तर नाही बोलत मी – थोडा वेळ. विश्रांती घ्या तुम्ही जरा. हो. सुशे, सुशे, अंघोळीचं पाणी काढ त्यांचं. मंदे, अग दाढीचं सामान दे ना त्यांना. अग येणाऱ्या माणसांसमोर काय हे असे येतील ते? तुमची तरी कमाल आहे! सुशे, बरेसे कपडे असले तर दे त्यांना घालायला – लग्नातले चालतील. (घड्याळ बघत) हॅ! भारीच वेळ झाला! येतीलच ते एवढ्यात! आणि हे बघा, सगळ्यांनी जरा व्यवस्थित रहा. सुशे, त्या म्हातारीला– नव्हे, सासूबाईंना– आतच ठेवशील आजच्या पुरतं तर बरं होईल. चला अप्पा, मी तुम्हांला काही टिप्स देऊन ठेवतो. टिप्स – आयत्या वेळच्या सूचना – ऊं? म्हणजे, काय सांगायचं, कसं वागायचं त्या लोकांशी, त्याबद्दल. तुम्ही फक्त तसं बोलायचं – बास् – सगळं ठरवूनच ठेवलंय मी. चला. मंदे, विमले, दारावर लक्ष असू द्या. कुणी आलं तर हसून आत बसवून घ्या आणि मला सांगायला या. त्याला म्हणावं बिझी आहेत वाय. महादेव. सुशे, चहा – आता तरी चहा?

[अनंताला धरून जवळजवळ ओढतच, चालवीत घेऊन जातो. पाठोपाठ सुशीला जाते कशी तरी.

विमल आणि मंदा उरतात. दार टकटकते.]

विमल : मंदे, कुणी आलं ग.

[दोघी ऐकतात. विमल जाऊन दार उघडते. एक भयंकर संशयी मुद्रेचा माणूस दारात मान पुढे लांबवून उभा. गुडघ्यापर्यंत धोतर. हातात गच्च फुगलेली बॅग.]

विमल : (त्याला) कोणाय? कोण हवंय?
[त्याचे उत्तर नाही.]
(मंदाला) ए कोण ग? उत्तरच देत नाही बघ.

मंदा : (पुढे होत तिला हलकेच) अग हसून स्वागत करायचं असं सांगितलंय ना मामानं? (त्याच्या पुढे जाऊन वाकून अभिवादन करून) नमस्ते.
[तो याकडेही संशयाने पाहत आत येतो. दोघी त्याच्या मार्गातून बाजूला होत त्याला सभय न्याहाळीत राहतात. तो सबंध खोली न्याहाळतो, कॉटखालचे सर्व बघून घेतो. पोटमाळ्याकडे बघतबघत आतल्या खोलीच्या दिशेने जाऊन आत अदृश्य होतो. मंदा-विमल एकमेकींकडे थक्क पाहत आहेत.]

मंदा : (विमलला) ए अग कोण?
[दोघी आतल्या खोलीकडे सभय पाहत आहेत. आतून आता तो संशयास्पद मुद्रेचा इसम प्रथम मागल्या मागे चालत आणि त्याच्या मागून यशवंता पुढेपुढे चालत असे येतात.]

यशवंता : (त्याला) आपण?

इसम : (यशवंताला न्याहाळीत) आपण?

यशवंता : विचारल्या प्रश्नाचं उत्तर द्या.

इसम : प्रश्न विचारण्याआधी आपण कोण तेवढं सांगा.

यशवंता : दुसऱ्याच्या घरात पार आतपर्यंत शिरता, काही वाटत नाही?

इसम : संशयास्पद वाटेल तिथे कुठंही शिरण्याचं स्वातंत्र्य आम्हांला आहे. आमचं नाव अश्वत्थामा कृपाचार्य बुद्धिसागर.

यशवंता : खरं नाव?

इसम : मग हे काय खोटं आहे? बरोबर. तुम्हांला खोटं वाटणार ते. (संशयास्पद मुद्रेनेच पोटमाळ्याखाली एक धडकी खुर्ची सरकवून तिच्यावर चढून टाचा उंचावून पोटमाळा पाहू लागतो.)

यशवंता : अहो, काय आहे काय! घर कुणाचं आहे?

इसम : (खुर्चीवरूनच) भानगड काय आहे?

यशवंता : तुम्ही आधी खाली उतरा.

इसम : खरं काय ते आधी जाहीर करा. जनतेचा बुद्धिभेद करू नका. अंधश्रद्धेचा स्वार्थसाधू सज्जड फायदा उठवून तुंबड्या भरणारे पापी पोटभरू कुठले! समाजशत्रू! बुवाबाज! तुमचं ढोंग आम्ही बाहेर काढू! तुमच्या पापाचा घडा फोडून टाकू! तुमची अंडीपिल्ली बाहेर काढू! जागे व्हा, वेळेवर जागे व्हा! सावधान!

[या ओरड्याने पुन्हा घाबरी–घुबरी सुशीला आतून आलेली. मागोमाग अनंत हणमंत खुरडत आलेला.]

यशवंता : अहो पण तुम्ही आहात कोण?

इसम : आम्ही? आम्ही अश्वत्थामा कृपाचार्य बुद्धिसागर. जागतिक बुवाबाजी विध्वंसक संघटनेचे अध्वर्यू. आज सकाळच्या नरकेसरीत तुमची लबाडी वाचली! म्हणे माणूस उडतो! पंखांशिवाय, विमानाशिवाय! लबाडी! शंभर टक्के लुच्चेगिरी! धादांत फसवणूक! या तुमच्या पोरकट भाकडकथेवर भाबड्यांना बनवाल पण बुद्धिवाद्यांना कसे फसवाल? तुमचा त्रिवार धिक्कार असो! डाऊन वुइथ बुवाबाजी! डाऊन वुइथ –

[यशवंता आता सहनशक्तीचा अंत होऊन गडबडीने पुढे होतो. खुर्चीवरच्या उभ्या, ओरडत्या बुद्धिसागराला अच्चल उचलून दाराबाहेर नेऊन टाकतो. घाईने दार लावून घेतो. हात झाडतो.]

यशवंता : (अनंताला बघून) अप्पा तुम्ही पुन्हा बाहेर! हे असे! आणि सुशे–

[अनंत, सुशीला आत निघून जातात. आता पुन्हा दार वाजू लागते जोराजोराने. थांबतच नाही.]

मंदा : मामा, उघडू?

यशवंता : थांब मीच उघडतो. आता कोण आले?
[जाऊन दार उघडतो. गर्जना: 'बंभोले!' राख फासलेला एक फाटका बैरागी कमंडलू वगैरेसकट दारात उभा. मंदा, विमल, यशवंता दचकतात.]

बैरागी : हनुमंतजीका अवतार वायुपुत्र कुलकर्नी इधरही रहता है ना? तो बोलो श्री हनुमंतजीकी जय! (यशवंताच्या पायावरच लोटांगण घालतो.)

यशवंता : (झुरळ अंगावर चढावे तसा मागे होत) अरे – अरे पण – ये है क्या... अरे...

बैरागी : (जबरदस्तीने पायांवर नाक घासत) रामदूत कुलकर्नी महाराज की जय! सियावर रामचंद्र की जय! सीतामाईकी जय!

यशवंता : अरे... अरे पण... गुदगुल्या... हुहुहु ... गुदगुल्या ...

बैरागी : महाराज, बहुत खुषी होवत है आपके शुभ दरसनसे! अयोध्यासे आया, रामेसवर जावत है, आपके दरसनका परम्भाग्य मिला, बहुत खुषी होवत है – (ओरडत) अरी ओ रामसरन – ओय रामसरनवा–
[मंदा, विमल कानांत बोटे घालून घेतात. आता एक साधा पुरभय्या शेंडी आणि रिकाम्या हंड्यासकट करकचून जांभई देत येऊन पोहोचतो.]

रामसरण : क्या होवत है री लखमनवा? (डोळे मिटलेलेच.)

बैरागी : अरी चरन मिलो रामसरनवा – चरन मिलो वायुपुत्र कुलकर्नी महाराजवा का दरसन होवत है ना –
[आता हा भय्या हंडा खाली ठेवून प्रभू रामचंद्रजीकी ओरडत यशवंताच्या पायांवर लोळण घेतो. यशवंता सावधपणे मागे होतो. भय्या नुसताच लोळतो. आतून सुशीला बघायला आलेली. मागोमाग लंगडता अनंत. हातात टॉवेल.]

सुशीला : (सभय) कोण रे यशवंता? ओरडा कसला झाला पुन्हा? हल्ला आला?

यशवंता : हो, पण वेगळा. आत जा पाहू तू आधी अप्पाला घेऊन. आत जा तुम्ही आधी – नसतं लफडं सालं!

[अनंत आणि सुशीला बघतबघतच आत जातात.]

हे बघा हो रामसरनवा आणि तुम्ही हो लखमनवा –

बैरागी : बंभोले? अयोध्यासे आया और रामेसवर जा रहत हूं – आपकी कीरत सुनली – साक्षात् रामदूत हनुमंतजीके अवतार अजी आप–

यशवंता : आधी चालते व्हा अजी आप! लौकर रामेश्वरला पोचा, रामेश्वरला! रामेश्वर जाव, रामेश्वर!

[बैरागी वाकून नमस्कार करतो. लोळण घेतलेला भय्या तसाच.]

बैरागी : (ओरडत) अरी ओ रामसरन – ओ रामसरनवा –

[लोळलेला भय्या तसाच.]

अरी ओय रामसरनवा –

मंदा : (चष्म्यावाटे वाकून बघत) झोपला रे हा, मामा! बघ, घोरूसुद्धा लागला!

यशवंता : (लोळलेल्या भय्याला मुष्किलीने जाग आणीत) अहो – रामसरनवा, जागे व्हा जागे! उठा. दिवस आहे हा आणि खाटलं नव्हे हे तुमचं! घर आहे आमचं! चालते व्हा नाहीतर पोलिसांच्या ताब्यात देईन –(त्याला उठवून बसवतो. तो करकचून जांभई देतो.)

[बैरागी आणि भय्या 'रामदूत कुलकर्नी महाराज की जय' ओरडून जोडीने जातात. तुलसी रामायण ओरडत.]

वैताग साला! दिडकीचा फायदा नाही नि नसता ताप एकेक! मंदे, विमले, यांना घरात का घेतलंत तुम्ही?

मंदा : पण मामा तूच तर – येईल त्याचं स्वागत करून –

यशवंता : पण त्याचं? त्या बुद्धिसागराचं स्वागत? खत्रूड लेकाचा! भलतेच लोक लागलेत येऊ एकेक! छ्या:!
[मागे आदल्या तिघांच्या अगदी विरुद्ध वाटेल असा अपटुडेट, साहेबी थाटाचा पाइपवाला देखणा पुरुष नुकता विलायतेहून यावा तसा येऊन सस्मित उभा. तलवारकट मिशा. रंगीबेरंगी बुशशर्ट, पिवळी फेल्ट वगैरे.]

विमल : (दाराकडे पाठ करून असलेल्या यशवंताला हलकेच) मामा, कुणी आलं –
[यशवंता वळतो.]

पुरुष : (ओरडत) हाय, येशा!
[यशवंता गोंधळतो. गडबडीने खिशातला चिरूट काढून तोंडात धरतो आणि अवसान आणून पुढे होतो. पण या नव्या माणसापुढे यशवंता फारच केविलवाणा.]

यशवंता : हाय. हू यू प्लीज? मायसेल्फ वाय. महादेव.

पुरुष : (स्टायलीश वाकून कार्ड काढून देत) मायसेल्फ देवराज; द रिनाउण्ड प्रोड्यूसर ऑफ इव्हेण्टस्; प्लॅनर ऑफ एक्झिबिशन्स अँड मास्टर ऑफ द आर्ट ऑफ अॅडव्हर्टायजमेंट अँड पब्लिसिटी. एम वाय टी के बी एच लंडन, बी डब्ल्यू शिकागो, एफ आर टी एस पॅरिस अँड ओ एम ओ हाम्बुर्ग. (वाकूनच उभा.)

यशवंता : व्हॉट वर्क हिअर? वर्क? हूम यू वॉंट प्लीज?

पुरुष : अरे बेट्या तूच हवास. यू वॉंटेड, यू! (पुढे होऊन त्याच्या पाठीत धपाटा घालतो.) मी लेका राजा देव – तुझ्या शाळेतला – तो – रेम्याडोक्या, पाप्याचं पितर – तू ज्याला येता जाता टप्पू मारायचास तोच – ओळखलंस काय?

यशवंता : (ओळख पटून थक्क होत) तू तो? (न्याहाळीत राहतो.)

राजा, लेका–

पुरुष : (यशवंताच्या हातातला चिरूट घेऊन त्याच्या उघड्या तोंडात खुपशीत) तूर्त इंडियात आहे. रात्री बॉम्बेत होतो. सकाळच्या प्लेननं कुआललमपूरला जात होतो. तिकडं एशिया एक्झिबिशन भरलंय त्यात सिलोन गव्हर्न्मेंटचा स्टॉल प्लॅन करायचाय. सहज पेपर बघितला तर साल्या तुझं नाव त्या बातमीत – उडणाऱ्या आश्चर्याच्या! दुनिया झुकवण्याच्या बऱ्या कल्पना काढू लागलास एकेक! बाकी तू मूळचाच कल्पक आणि बोगस देखील तितकाच! (हसतो मोठ्यांदा.) ही तुझी नवी भंकस एकदम आवडली आपल्याला. शिवाय म्हटलं, तुला मदतही करावी काही – यू नो येशा, आयडिया एक्स्प्लॉइट करणं जमत नाही आपल्या लोकांना! आयडिया यू नो, एक्स्प्लॉइट केली पाहिजे! कॅश केली पाहिजे, कॅश, यू नो! प्रॉपर पब्लिसिटी पाहिजे. जाहिरातबाजी हवी. प्लॅनिंग हवं प्लॅनिंग. प्लॅनिंग असेल तर येशा, हवादेखील विकता येते! आय ॲम द मास्टर ऑफ द आर्ट ऑफ पब्लिसिटी ॲण्ड अ व्हेटरन प्लॅनर, यू नो! म्हटलं तुझा जाताजाता फायदा करून देता आला तर द्यावा; माझाही झाला तर उत्तमच! तुझी कल्पना, माझं प्लॅनिंग– कमॉन येशा, पैशाची खाण तयार करू!

यशवंता : (उजळत) राजा, लेका, शेक! तुझ्यासारखाच माणूस हवा होता बघ या वेळी मला! बरा भेटलास दोस्त, बरा भेटलास – अगदी खऱ्या देवासारखा! (त्याला हरखून मिठी घालतो. तो किंचित् हसतो आहे.)

पुरुष : (यशवंताच्या मिठीतून लगेच बाहेर येऊन) आय मस्ट मेक अ मुव्ह नाऊ, दोस्त. बॉम्बेमध्ये थांबल्यासारखा आणखीही एकदोन कामं जमवून घेतो. अच्छा. इथून मला ॲम्बॅसेडर हॉटेलला

जायला हवं. फोन आहे फोन इथे कुठे? वाँटेड टु गिव्ह ए टिंकल टु ए जंटलमन बिफोर गोइंग. एनी वे, मी चालली. इच्छा झाली तर आफ्टरनूनला अलायन्स फ्रँक्वावर काँटॅक्ट कर बरोबर टेन पास्ट थ्रीला. तिथून मी पास्ट थर्टीला एअर पोर्टला जाईन. चिरिओ. वुइश यू बेस्ट ऑफ लक अँड पॉट्स ऑफ मना (आला तसा निघतो. यशवंता दारापर्यंत जातो.)

यशवंता : (भारावून) हो हो – करतो ना – भेटतो – येतो – अगदी – किती म्हणालास? टेन पास्ट थ्रीला ना? येतो – चिरिओ – थँक्यू, थँक्यू – येतोच –
[राजा देव निघून गेलेला. मागोमाग यशवंता .]

मंदा : (विमलला) ए, कित्ती छान माणूस होता, नाही ग?

विमल : मला तर स्वप्नातलाच वाटला ...
[यशवंता आलेला. अद्याप भारावलेला.]

यशवंता : (दाराबाहेर पाहत) मोठा माणूस! ... आजच्या दिवसातला हा पहिला शुभशकुन!
[हे म्हणत असतानाच उघड्या दारावाटे पाचजण कसलीही विचारपूस न करता धडाधड यशवंताला जवळ–जवळ हेलपाटवून आत घुसतात.]

१ : च्यायला, सापडलं एकदाचं ठिकाण!

२ : अरे ये रे मोऱ्या, कम इन. हेच ते.

३ : पोट्या कुठं मेला? आत्ता तर होता –

४ : आहे रे बाबा. जरा, पुढं काय दिसतं ते जाऊन बघून आलो. सिच्युएशन!

५ : च्यायला वीट आला या धंद्याचा! रोज उठून खून, दरोडे, अपहरण, बलात्कार, न् उडती नाहीतर बुडती माणसं – नाहीतर (जांभई देऊन) ओ ऽ हा– – पुढाऱ्यांची भाषणं!

[यशवंताच्या आदरसत्काराची मुळीच दखल न घेता खोलीत उभे आडवे पसरतात. कुणी सिगरेटी काढतात.]

१ : अरे, मला दे रे कण्या, सिगरेट एक! माझ्याजवळच्या संपल्या वाटतं–

३ : असतात कधी? फुकट्या लेकाचा!

२ : माचिस, मोऱ्या –

१ : (३ ला) त्या परवाच्या पोस्टमॉर्टमनंतर माझ्याकडनं पुलाव उकळताना वाटलं का काही? आं? तेव्हां?

३ : (२ ची सिगरेट पेटवीत) तेव्हा भूक दाबजोर लागली होती.

५ : (४ ला) ती परवाची आग कुणी कव्हर केली रे पोट्या, तुमच्याकडे? तू काय?

४ : अरे हॅट! मी त्या दिवशी विषप्रयोगात बिझी होतो.

१ : ते एक सालं लफडंच आहे!

यशवंता : (प्रयत्नपूर्वक) आय – आय वाय. महादेव! इथला व्यवस्थापक कम सेक्रेटरी – अनंत हणमंत कुलकर्ण्यांचा मेहुणा. ग्लॅड टू मीट यू –

२ : तुमचं काय आहे?

यशवंता : नाही – मीच ॲरेंज केलं हे – ही कॉन्फरन्स –

१ : होय का? मग 'या'ची काय सोय आहे, 'या'ची? खाण्याची? का नुसताच चहा? (३ला) साला मोट्या, परवा त्या ढवळी ॲण्ड ढवळीच्या इनॉगरेशनमध्ये चक्क चहा न् बिस्किटावर बोळवण केली रे जर्नालिस्ट्सची –

२ : मी लिहिलंय ना तावून त्याबद्दल! साफ तंतरल्यय त्या मंचरजीची – मॅनेजर रे –

यशवंता : चहा वगैरे येईलच एवढ्यात –

३ : तो कमिशनर शिंगरे फार शेफारलाय अलीकडे बघ पोट्या –

त्याला एकदा उतरवला पाहिजे –

यशवंता : स्वस्थपणे होऊ द्या तोवर –

४ : अं?

यशवंता : नाही, म्हटलं स्वस्थपणे होऊ द्या –

१ : काय? कुठायत ते अनंत हणमंत? कोण कुलकर्णी ते? का आलेच नाहीत अद्याप?

२ : का उडून गेले हो? भुर्रर्र –?

यशवंता : नाही. आहेत की – आतच आहेत –

३ : च्यायला आत काय करतायत ते? वेळ फुकट जातोय आमचा.

यशवंता : नाही – हो – म्हणजे बोलवतोच मी त्यांना – पण म्हणजे – त्याआधी आय विल लाइक यू इंट्रोड्यूस मायसेल्फ.

४ : तुम्ही उडता?

यशवंता : नाही. मी –

१ : मग तुम्ही नका बोलू. त्यांना पाठवा – ते – उडता माणूस –

यशवंता : हो – येईलच तो – येतीलच – ते – पण – आरंभी –

२ : जिथं तिथं च्यायला फालतू माणसंच फार बोलतात बघ, कण्र्या!

यशवंता : मी – (घसा साफ करून) मी फालतू नाही – मी व्यवस्थापक – मॅन – मॅनेजर –

१
२
३
४
५ : (एकदम उठत) त्यांना पाठवता का जाऊ आम्ही?

यशवंता : हो – हो ... आलोच .. आणतोच. (आत धावतो.)
[आतून अनंताला घेऊन येतो.

अनंत जरा नीट नेटक्या– बहुधा लग्नाच्या वेळच्या– कपड्यांमध्ये; त्यामुळे आणखीच केविलवाणा दिसतो. त्यात लंगडतो. कष्टानेच चालतो. यशवंत त्याला आधार देतो.
मागोमाग सुशीला त्यातल्या त्यात चांगले लुगडे नेसून. तिच्यापाशी गोपाचे शालीत गुंडाळलेले मुटकुळे.
मागोमाग मंदा.]

यशवंता : (येऊन पुन्हा उभारी धरीत)
जंटलमेन, मीट मिस्टर अँड मिसेस अनंत हनुमंत कुलकर्णी, द फ्लाइंग मिरॅकल ऑफ बॉम्बे अँड द वर्ल्ड. (स्वत:च टाळ्या वाजवतो आणि अनंताला खालच्या सुरात) सांगितल्याप्रमाणंच बोला अप्पा – हुशारीने रहा –
[अनंत बसतो यशवंत दाखवतो त्या खुर्चीत. पलीकडे सुशीला, मंदा उभ्या राहतात. पत्रकार वह्या–पेन्सिली सरसावतात.)

१ : तुम्ही अनंत हणमंत –

यशवंता : कुलकर्णी.

२ : तुम्ही गप्प राहा हो. तुम्ही हो, अनंत हणमंत कुलकर्णी, तुम्ही उडता?

अनंता : हो – उडालो. दैवी कृपेनं –

३ : विचारल्यापेक्षा जास्त बोलू नका. काय करता तुम्ही?

अनंता : मी कारकून आहे.

४ : अहो पण कुठे?

अनंता : कुठे – विमान कंपनीत.

३ : कशावरून उडता तुम्ही? पुरावा काय? पंख वगैरे दिसत नाहीत तुम्हाला–

अनंता : नाहीत. पुरावा...यशवंता...

२ : त्यांना नका विचारू. (१ ला) जरा ढिलाच दिसतो. (३ ला)

अरे बातमीच आहे ना सकाळच्या नरकेसरीत कण्यां, पुरावा मरे ना का! आपल्याला न्यूजशी काम! वय काय हो तुमचं?

अनंता : अं? मुंबई.....

१ : अहो, वय हवंय तर मुंबई काय?

अनंता : मला वाटलं....

२ : वय सांगा झालं.

अनंता : सत्ते– नव्हे अठ्ठेचाळीस.

३ : मॅरीड? लग्न झालंय? का ब्रह्मचर्य हेच जीवन?

अनंता : (सुशीलाकडे पाहत) दोन मुली नि एक मुलगासुद्धा....

४ : लग्न झालंय की नाही तेवढंच सांगा! च्यायला फालतू बोलण्याची भारी सवय सगळ्यांना, मोऱ्या.

अनंता : झालंय. (सुशीलाकडे पाहत) लग्न!

५ : ताशी काय वेगानं उडता तुम्ही?

४ : साधारण कितीशे फूट आल्टिट्यूडपर्यंत जाऊ शकता तुम्ही?

३ : प्रॉपेलिंग फोर्स कोणता असतो तुमचा?

२ : विंड व्हेलॉसिटीचा तुमच्या स्पीडशी रेशिओ साधारण काय येतो सांगाल का?

अनंता : मी–मला–मी... (अडकलेला.)

१ : किती वेटेज वर नेऊ शकता तुम्ही?

२ : रॉकेट मोशननं वर जाता की साधं प्लेन प्रोसीजर?

३ : फ्यूएल म्हणून काय वापरता?

[अनंत घामाघूम होऊ लागलेला. यशवंता अस्वस्थ.]

यशवंता : म्हणजे हे प्रश्न फार–

१ : तुम्ही जरा गप्प बसा हो. (लिहीत) याचा खुलासा संबंधित कुलकर्णी करू शकला नाही. (पुन्हा) बरं, तुम्ही हो– कोण अनंत हणमंत कुलकर्णी – सायन्स हा विषय होता का तुमचा

कधी? सायन्स?

अनंता : (एकीकडे नकारार्थी मान हलवीत) म्हणजे शाळेत होता...

२ : शाळेचं मरू द्या हो. तर सायन्स सांगतं की माणसाचं शरीर हवेहून हलकं होऊ शकत नाही.

३ : म्हणजे तुम्ही माणूस नाहीत किंवा शास्त्रीय सिद्धांत– की जो सर्वमान्य आहे–चूक आहे!

४ : म्हणजे सगळं शास्त्र चूक आहे आणि तुम्ही उडता असं मानायचं की काय आम्ही?

५ : काय हो?

४ : शास्त्रीय युगात माणसानं उडण्याची भाकडकथा अंधश्रद्धाळूंनाच खरी वाटेल असं नाही का वाटत तुम्हाला? का तुमची ही बुवाबाजीच आहे?

३ : तुमच्या उडण्याचा शास्त्रीय खुलासा–सायंटिफिक एक्स्प्लनेशन कोणतं आहे तुमच्यापाशी?

अनंता : मला– पण मला बोलायला तरी द्या.

१ : मग बोला की. कुणी अडवलंय? काय कर्ण्या? काय रे पोट्या?

२ : बोला, बोला, लवकर, काय म्हणता?

[आतून विमल चहा–चिवडा वगैरे घेऊन आलेली. आता सगळे त्यावर तुटून पडतात.]

अनंता : (शब्दांसाठी चाचपडत, घाम टिपीत) सगळ्या–सगळ्या गोष्टी–शास्त्राच्या यानं–म्हणजे नियमानंच होतात.... होतात असं नाही वाटत मला. उदाहरणार्थ, ते–ते मघाचेच गृहस्थ–ते–बुद्धिसागर–

३ : च्यायला चिवडा बऱ्यापैकी आहे मोऱ्या–घे–आणखी घे–घे रे–

अनंता : त्यांना– त्यांच्या बुद्धीचा अहंकार होता. वास्तविक चमत्कारसुद्धा घडतात.

४ : इकडे कर रे जरा ताट–

अनंता : माणसाच्या बुद्धीच्या पलीकडचं असं पुष्कळच आहे या जगात– या–या विश्वात. एरवी आपल्या बुद्धीच्या जोरावर माणसानं प्रतिसृष्टी निर्माण केली असती– आपलं जन्ममरण हातात घेतलं असतं. या–या जगापलीकडे एक कोणती तरी ही आहे– शक्ती आहे असं मला नक्की वाटतं.

३ : पोट्या, चहा तर घे– हं, घे–

अनंता : मी तिला ईश्वर असं म्हणतो. ज्यानं मला–मला–
[कुणाचेही लक्ष नाही. सगळे खाण्यापिण्यात मग्न.]
मला –(उठतो. थरथरतो आहे) तुम्ही घ्या. मी आत जातो.

यशवंता : पण अप्पा–असं नाही चालणार–मंडळी–जंटलमेन–जंटलमेन पे अटेन्शन प्लीज–

१ : तुम्ही गप्प राहा हो. त्यांना बोलू द्या. घे कर्ण्या, आणखी चिवडा घे–वस्तू मोठी उत्तम जमल्येय–घे.

अनंता : मला–जास्त बोलण्याची इच्छा नाही. तुम्ही सुखाने खा.

३ : नको रे बाबा–काल कोंबडीवर हात मारलाय, त्या डायनर्स क्लबच्या प्रेस कॉन्फरन्सला–तडस आहे बघ पोटाला.

अनंता : तुम्ही खा. मनसोक्त खा. कारण तीच तुमची इतिकर्तव्यता आहे.

यशवंता : अप्पा—

अनंता : मी चाललो. (रागारागाने जाऊ लागतो आणि मुरगळलेला पाय पुन्हा मुरगळून कळवळतो –वेदनेने वाकडा होतो पार.)
[सुशीला भयभीत होऊन जाते त्याच्याकडे. यशवंता पुढे सरतो. पत्रकारांचे लक्ष आता अनंताच्या अवस्थेकडे प्रथम वेधले जाते.]

१ : अर्रर! काय झालं हो? अरे बघ पोट्या, च्यायला–

२ : (उठून अनंताकडे धावत) अरेरे! पायाला काय झालंय यांच्या?

३ : (यशवंताला) छान! आणि इथं कशाला आणून बसवलंत हो बिचाऱ्याला अशा स्थितीत?

४ : कण्र्या दे–हात दे तिकडून–दे–मोऱ्या धर–धर तसा– तिकडनं–उचला–हां, आस्सं–हळू–हळू उचला–आणा इकडं.

५ : बसवा–या खुर्चीत बसवा त्याला जरा बरं वाटेस्तोवर.

४ : फारच दुखलेला दिसतोय पाय–

३ : अरे पण झालंय काय पायाला?

यशवंता : मुरगळलाय! काल रात्री इथं दंगल उडाली तिच्यात– त्याला पहायला जमली होती गर्दी – म्हणजे उडताना बघितल्यांनी लोकांनी नि धावत आले–

[एव्हाना अनंता खुर्चीत.]

पाय मुरगळला. येस!

२ : (अनंताला) आणि मध्येच उठून कुठं चालला होतात हो तुम्ही?

१ : तू तरी अगदीच वामन्या आहेस! अरे पाय फार दुखू लागला म्हणून निघाले असतील–आत–

२ : बरं. आता कसं वाटतंय हो? बरं वाटतंय ना? ऑल राइट? घ्या–हा चिवडा घ्या.

३ : चिवडा नको. चहा दे चहा–

४ : घ्या हो. उत्तम झालाय–

१ : वस्तू मोठी उत्तम जमल्येय. (चिवड्याचा बकाणा मारतो.) घ्या.

२ : बरं वाटेस्तोवर दम खा खुशाल. च्यायला थांबू की आम्ही तोवर. काय रे मोऱ्या?

५ : ऑफ कोर्स! अरे माझाच पाय एकदा मुरगळला होता ना–पीएम कव्हर करताना–

१ : च्यायला वीट आला या धंद्याचा! रोज उठून खून, दरोडे, अपहरणं, बलात्कार न् उडती नाहीतर बुडती–

(जांभई देतो मोठी) भाषणं...

अनंता : (कृतज्ञतेने) मला आता बरं वाटतंय. तुमचा ऋणी आहे मी.

२ : च्यायला ऋण बि डॅम्ण्ड! अहो ही साधी माणुसकी आहे!

अनंता : (याने जास्त बरे वाटून) भल्या माणसांनो... भल्या माणसांनो माझा उगीच गैरसमज झाला तुमच्याबद्दल. त्याबद्दल मी तुमची क्षमा मागतो. तुम्ही खरंच भले आहात.

३ : अहो पण बोलणार होतात तुम्ही त्याचं काय झालं?

४ : बोला की.

५ : त्यासाठी तर आलो आम्ही. बोला.

४ : हं, म्हणा काय म्हणायचंय ते. चालू द्या.

[वह्या, पेन्सिली सरसावतात.]

अनंता : (सुखावून, उत्तेजित होऊन) म्हणू? मी–मी उडू लागलो हा चमत्कार आहे. पण तसा तो चमत्कार नाहीच. सगळं श्रेय सर्वस्वी तिला आहे–त्या शक्तीला–दिव्य शक्तीला. ती माझ्यात आहे, तुमच्यात आहे, चराचरांत ती भरलेली आहे. फक्त ती ओळखली पाहिजे. तिला अनुसरलं पाहिजे, तिच्यापुढे नम्र झालं पाहिजे–सारा भार तिच्यावर ठेवला पाहिजे–तिच्याबरोबर उंच झालं पाहिजे.

यशवंता : अप्पा—

अनंता : मध्ये मध्ये बोलू नकोस, यशवंता–तर मनात आणलं तर मी म्हणतो कुणालाही उडता येईल. तुम्हांला येईल, यांना येईल, त्यांना येईल–फक्त मनात आणलं पाहिजे, खूप जोरानं. आणि तिला जाणून जागवलं पाहिजे–स्वत:तल्या त्या शक्तीला. की बस्स! माझा तो अनुभव मोठा नवा होता. चांगला होता. झालंच तर खूप–खूप स्फूर्तीदायक होता. मन उंच नेणारा होता. प्रथमच मी उंच झालो. मी फार फार लहान माणूस होतो

हो. मी उंच झालो, शरीरानंच नव्हे तर मनानंसुद्धा. मला तेव्हां तसं उंच तरंगताना किती छान वाटलं म्हणून तुम्हांला सांगू? आभाळात कृतज्ञतेनं जडावून मी दहा-बारा फूट खाली गेलो आणि थरारून पुन्हा पंचवीस-तीस फूट वर. प्रत्येक माणसानं असं उंच गेलं पाहिजे असं मला वाटलं. अजून वाटतं. प्रत्येक माणसानं-या-या यशवंतानं, या सुशीलेनं, अगदी मंदा, विमल आणि या माझ्या छोट्या गोपानंदेखील. ही तीन माझी पोरं. मला ही फार आवडतात. मला माझी सगळीच माणसं आवडतात. मला-मला माणसंच आवडतात. कारण ती वस्तुत: चांगलीच असतात. हे जग फार सुंदर आहे हो-फक्त ते पाहायची उंच दृष्टी हवी. माणसं चांगलीच असतात. उदाहरणार्थ, हा यशवंता-दुसरं काही नाही, याच्या परिस्थितीनं याला असा बनवला. मीही तसा थोडासा वाईट आहेच. थोडासा का, बराच वाईट आहे. पण आता तसा न राहण्याचा प्रयत्न मी करतो आहे. कालपासून सगळा वाईटपणा धुऊन जातोय जसा. मी आता उंच राहण्याचा प्रयत्न करीन. पण मला मन:शांती हवी आहे. यात अडचण एकच आहे. ती फार महत्त्वाची आहे. बिकट आहे. म्हणजे तशी बिकट नाही-फक्त-फक्त तुम्ही माझ्याशी सहकार्य करायला हवं. काल रात्री-घरी येताना-वाटेत मी एका माणसाला पाकीट दिलं-पगाराचं-एका गरजू, भुकेल्या, रंजल्यागांजल्या माणसाला- पगाराचं म्हणून ते दिलं पण चुकीनं सगळी बिलं ठेवलेलंच पाकीट त्याला दिलं गेलं. आणि पगार माझ्याबरोबर घरी आला. हे फारच वाईट झालं. हे फार फार वाईट झालं. मला याची शरम वाटते. चूक अजाणता झाली. पगारच द्यायचा होता मला त्याला, कारण तो फार गरजू होता, अगदी कंगाल होता. तसा गरजू मीही होतो, माझी माणसं होती. पण आम्ही निदान कंगाल नव्हतो. पगार मिळाला नसता

तर निदान दोन वेळची चूल आमची कशी तरी पेटली असती. पण तो माणूस–तो–फार भणंग होता, भुकेजला होता, त्याची निकड फार मोठी वाटली. जिवंतपणी मेल्यासारखा तो दिसत होता, बघा. मी त्याला फसवलं. त्याचा मी अनंत अपराधी आहे. (स्वरात गहिंवर.) मला चूक दुरुस्त करायची आहे. तुम्ही असं कृपा करून प्रसिद्ध करा की त्यानं मला भेटावं. त्याला कुठल्याही प्रकारे इजा होणार नाही असं वचन मी देतो. मी त्याला माझ्या पगाराची रक्कम देईन. आणि त्याची त्रिवार क्षमा मागेन. त्यानं मला क्षमा केली म्हणजे मला फार फार बरं वाटणार आहे. मला मन:शांती हवीय. वाटल्यास त्यानं पत्र पाठवून मला बोलवावं. मी तो म्हणेल तिकडे अगदी उडत यायला तयार आहे–(शब्द संपल्यासारखा) तयार आहे....

यशवंता : (फार अस्वस्थ) पण अप्पा, ते महत्त्वाकांक्षा–प्रयत्न–ध्येय–

अनंता : मला इतकंच म्हणायचं आहे आणखी–आणखी इतकंच की, माझं यानंतरचं आयुष्य ईश्वराच्या कामासाठी–म्हणजे माणसांच्या भल्यासाठी–कारणी लागावं नि खर्ची पडावं अशी माझी काळजाच्या तळापासून इच्छा आहे... काळजाच्या तळापासून...इच्छा आहे...

यशवंता : अहो पण अप्पा–ते मी सांगितलेलं–

अनंता : मला जास्त काहीसुद्धा म्हणायचं नाही. बाकी कशातही काही अर्थ नाही, यशवंता. सारं, सारं व्यर्थ आहे. टरफलं आहेत सगळी, कीस आहे.

यशवंता : असू दे, पण–अप्पा–

२ : (उठत) फिनिश्ड?

१ : (उठत) संपलं? पुन्हा च्यायला एका शोकसभेला जायचंय–(जांभई दाबतो) हॉ–आय्या...

[सगळे उठलेले. जाण्याच्या तयारीत.]

यशवंता : (हे बघून एकदम फुटून) नाही–नाही, अजून थोडं बाकी आहे!

नाही, तो नव्हे, मीच ते जाहीर करणाराय! त्याच्या वतीनं! तेवढं तुम्ही तुमच्या वर्तमानपत्रातून मोठ्या चौकटी टाकून प्रसिद्ध करा.

१ :
२ : अहो पण तुम्ही कोण ते म्हणणार? त्यांना म्हणू द्या की!
३ : तर काय, त्यांना म्हणू द्या! म्हणा हो तुम्ही...
४ :

यशवंता : नाही, त्याच्या वतीनं मीच ते म्हणणाराय–
[पत्रकार मंडळीत आपापसांत यावर बोलाचाली.]
लिहून घ्या–लिहून घ्या प्लीज–जंटलमेन, लिहून घ्या–

सुशीला : यशवंता–

यशवंता : अटेन्शन प्लीज! अत्यंत महत्त्वाची घोषणा मी करणाराय. ही घोषणा चुकवाल तर पस्तावाल. कारण हा एक फार मोठा विक्रम आम्ही जाहीर करणार आहोत.

सुशीला : यशवंता—

यशवंता : होय, हा विक्रम राष्ट्रीय आहे–नव्हे, जागतिक आहे–अभूतपूर्व आहे–जगाच्या आरंभापासून आजतागायत असा विक्रम कधीही कुठेही झालेला नाही. हा अभूतपूर्व विक्रम इथं, मुंबईत घडणार आहे! (दारू चढावी तसा बडबडू लागतो.) आजतागायत तर काय, यानंतरदेखील कमीत कमी दहा हजार वर्षं असा विक्रम पुन्हा या जगात घडणार नाही.

२ : आता सांगा की काय ते–

यशवंता : हे माझे मेव्हणे अनंत हनुमंत कुलकर्णी सतत–सतत अठ्ठेचाळीस तास अखंडपणे उडत राहणार आहेत!

सुशीला : (हादरून) यशवंता!

१
२
३ } : ब्राव्हो! कमाल आहे! च्यायला! हे महत्त्वाचंच!
४
५

यशवंता : (आणखी उत्तेजित होऊन) हा जागतिक विक्रम ब्रेबॉर्न स्टेडियमवर करण्याचा आमचा विचार आहे.

अनंता : (उसळून) नाही–हे मला मान्य नाही–

यशवंता : यासाठी एक प्रचंड स्वरूपाचा मेळावा आम्ही भरवणार आहो–जो हा विक्रम बनावट आहे असं सिद्ध करील–त्याला एक लाख रुपये इनाम दिलं जाईल.

अनंता : मला मान्य नाही हे–असल्या–असल्या स्टंटसाठी माझी दिव्य शक्ती लाभली नाही मला. नाही, तिचा हा उपयोग मला मान्य नाही. (थरथर कापतो आहे अनावर आवेगाने, उभा राहण्यासाठी धडपडतो आहे.)

यशवंता : लिहून घ्या मंडळी, त्याच्या मनावर थोडा परिणाम झालाय काल रात्रीच्या दंगलीचा–पण हे सगळं पक्कं ठरलं आहे. तुम्ही लिहून घ्या–खोटं पडलं तर तुम्ही म्हणाल ती पैज हरेन, सांगाल ती शिक्षा भोगेन. वाटेल तर कैदेत जायला तयार आहे मी त्यासाठी. पण हे खरं आहे, शंभर टक्के–एकशे एक टक्के खरं आहे–हा विक्रम होणार–यासाठी करायची प्रचंड पूर्वतयारी जवळ जवळ पूर्ण होत आली असून अधिक तयारीसाठी (स्वत:कडे निर्देश करून) मिस्टर वाय. महादेव आणि मिस्टर देवराज– हे येत्या काही दिवसातच परदेशी रवाना होणार आहेत–या विक्रमासाठी देश–परदेशचे अंतराळ–संशोधक, शास्त्रज्ञ, आणि वैद्यकीय तज्ज्ञ आम्ही बोलावणार आहोत. स्टेडियमव्यतिरिक्त मुंबईत गच्ची–गच्चीवरून आणि मैदाना–मैदानांतून प्रेक्षकांची

माफक दरात सोय केली जाईल. आंतरराष्ट्रीय पाहुण्यांसाठी स्वतंत्र राहण्यापाहण्याची बादशाही सोय. रेडियो, टेलिव्हिजनवरून हा विक्रम खास कार्यक्रमांनी साऱ्या जगभर पोहोचवला जाईल. वर्तमानपत्रांनी या वेळी खास अंक तासातासाने काढावेत अशी विनंती त्यांना करण्यात येईल.

[अनंत 'हे खोटं आहे.' 'खोटं आहे.' 'नाही नाही' असे आवेगाने पुटपुटतो आहे.]

जास्त माहितीसाठी आमच्या येत्या अधिकृत पत्रकाकडे लक्ष ठेवा. मंडळी, ही जागतिक महत्त्वाची विलक्षण खळबळजनक महत्त्वाची बातमी आम्ही तुम्हांला दिली आहे. तिच्या खरेपणाला व्यक्तिशः मी जबाबदार आहे–मिस्टर वाय. महादेव! थँक यू सो मच. यू कॅन गो नाऊ. नो मोअर क्वेश्चन्स प्लीज! (वाकून अभिवादन करून उभा राहतो.)

[सगळे पत्रकार भराभरा खुर्च्या सरकवून उठतात. बाहेर निघून जातात. उरलेले सारे सुन्न.
अनंता थरकापतो आहे.]

अनंता : (प्रचंड आवेगाने) काय केलंस हे तू, यशवंता, काय केलंस! (तोंड लपवून घेतो.)

सुशीला : काय केलंस रे हे असं यशवंता? तुला काळीज नाही काय रे?

अनंता : तुझ्या या आणखी एका पोकळ, बिनबुडाच्या, बेफाट योजनेला ते प्रसिद्धी देणार नाहीत, यशवंता! कधीही नाही! हा फुगा फुगायचा नाही!

यशवंता : अप्पा, या वेळी नुसती हवा फुगवेन तरी ती फुगेल! सनसनाटी बातमी आहे, प्रसिद्धी त्यांचे बाप देतील! भरपूर प्रसिद्धी मिळणार अप्पा, तिला!

सुशीला : एवढं होतं काही तुझ्या मनात तर आधी का बोलला नाहीस?

यशवंता : कारण आधी मलाच नव्हतं ठाऊक ते, सुशे. ते आलं–कवीला कविता स्फुरते, झाडाला फळं लागतं तसं ते आलं, सुशे–ते आलं!

अनंता : विषारी फळ!

यशवंता : आणखी एक चमत्कार! अप्पा, सारं तो घडवतोय–तो, तुमचा सूत्रधार नाटककार! मी केवळ नट आहे, अप्पा! मी झालो तरी केवळ कळसूत्री बाहुला!

अनंता : फक्त, तुझ्यापुरता स्वतःलाच सूत्रधार, नाटककार, कर्तुमकर्तुम समजतोयस तू मनातून.

यशवंता : काय हरकत आहे? लाटेबरोबर उंच जाणाऱ्यानं लाट घेऊन आपणच उंच चढतो आहोत असं थोडा वेळ मानलं तरी त्यात बिघडलं कुठे? आता माझ्या नशिबाची लाट निघालीय उंच, अप्पा–खूप उंच–पार आभाळापर्यंत. माझ्याच नव्हे सुशे, आपल्या–आपल्या सर्वांच्या–तुमच्यासुद्धा—

सुशीला : काही नकोस सांगू!——

यशवंता : अग गडगंज पैसा चालून येतोय आता, सुशे...बघच तू.... असा पैसा कुणाला कधी मिळालाच नाही. आपणा सर्वांची सुखस्वप्नं साक्षात साकार होणार, सुशे, हातात येणार. माझी–तुझी, या विमलीचीसुद्धा–तुझा लुळापांगळा गोपा आता चांगला धडधाकट होणार, सुशे–माझ्यासारखा होणार!

[अनंता गोपाचे मुटकुळे सुशीलाच्या हातून आपल्या हाती घेतो, उराशी धरतो.]

तुझी मंदा लागेल तेवढी शिकेल, फॉरेनलासुद्धा जाईल सुशे, तुझी विमल एखाद्या कुबेराची लाडकी घरधनीण होईल! अग हा साधा चमत्कार नव्हे. हा आहे जागतिक विक्रम–योजनांची योजना आहे ही–आपल्या परिस्थितीच्या अंधारात, सुशे, एखाद्या

जादूच्या वेलासारखी, पाहता पाहता कल्पनेची नजरदेखील फाटावी अशी अफाट फोफावलेली, फळफळती भाग्यरेषा आहे ही आपली सर्वांची! आता एकदाच सगळं होणार आणि सर्व प्रश्न कायमचे संपणार–तहहयात–नव्हे वंशपरंपरा सुटणार–

अनंता : मी उडणार नाही यशवंता, मी त्यासाठी साफ नाही उडणार–

यशवंता : तरीसुद्धा फुग्यात गॅस भरपूर भरला गेला म्हणजे अप्पा, त्यानं उडायलाच हवं! त्याच्या हातात कुठं उरतं मग ते?

अनंता : मी–मी वर्तमानपत्राच्या कचेरीकचेरीत जाऊन सांगेन–सांगेन की ही बातमी देऊ नका–हे छापू नका–हे वाईट आहे–वाईट आहे हे–

यशवंता : तेही छापतील ते–सनसनाटीसाठी सदा वखवखलेले ते प्राणी! अप्पा, आता सगळं अटळ आहे! मी नको म्हटलं तरी सारं आता होणार! फुगा हातचा सुटलाय अप्पा! अप्पा, सॉरी, मुळात मला करायचंच नव्हतं असं काही. तुलनेनं काही बारक्याबारक्या माफक गोष्टी आल्या होत्या माझ्या मनात– म्हणजे सिनेमात तुम्हाला मारुतीची, उडत्या राक्षसाची काम मिळवून देणं–साबणाबिबणाची, विड्याकाड्यांची जाहिरात तुमच्या नावानं करणं–विमानकंपन्यांच्या जाहिरातींतून तुमचं चित्र देणं– पण पत्रकार मंडळींसमोर मी पढवलेलं टाकून तुम्ही भलतंच बोललात, अप्पा! ते तुमचं, त्या वाटमाऱ्याला आवाहन– मन:शांती–दिव्यशक्ती–टरफलं आणि कीस! त्यानं बिनसले माझे सगळे बेत–मीच बिनसलो–आणि आतून ते आलं–ते आलं, अप्पा– ती घोषणा–जागतिक विक्रम–आतून कुठून तरी ढवळून आली–

[अनंता गोपाचे मुटकुळे घट्ट उराशी धरून बसलेला.]

आणि अप्पा–अप्पा, या गोपावर फार जीव आहे तुमचा, मला

आहे माहीत–मला आहे माहीत फार कळवळता तुम्ही त्याच्यासाठी–अहो त्याच्यासाठी तरी–त्याच्यावर जगातले सारे खर्चिक रामबाण उपचार नि ऑपरेशनं करता येऊन त्याला चांगलं धडधाकट होता यावं म्हणून तरी तुम्ही नक्कीच उडाल–या गोपासाठी काय वाटेल ते कराल तुम्ही. अप्पा मी सांगतो, जगातल्या मोठ्यांत मोठ्या डॉक्टरांना दाखवू याला, मोठ्यात मोठ्या विदेशी सर्जन्सकडून ऑपरेशनं करवून घेऊ याची–याला चांगला हिंडताफिरता करू. या शास्त्राच्या युगात हे सहज शक्य आहे, अप्पा– फक्त पैसा पाहिजे–बस्स–मुबलक पैसा पाहिजे–तुम्ही त्यासाठी विक्रम करणार अप्पा, करणार!

सुशीला : (संथपणे यशवंताकडून अनंताशी जाऊन) म्हणतोय एवढं यशवंता, हित आहे सगळ्यांचंच तर करावं तो सांगतो तसं.

अनंता : (गोपाचे मुटकुळे घट्ट उराशी धरून) नको–मला हे संकट घालू नकोस यशवंता–हे संकट मला घालू नका. मला पेचात धरू नका. मी काय करू? काय करू?

[संथपणे पडदा.]

अंक तिसरा

[रस्ता.
सकाळ.
पंढरपूरकरबुवा हातात भाजीची पिशवी आणि काखोटीला वर्तमानपत्राचा ताजा अंक घेऊन गडबडीने चालले आहेत.]

पंढरपुरकरबुवा: (स्वत:शीच) चार आण्यांचा दोडका नि बे त्रिक सहा आणे टमाट्यांचे, दहा आणे नि एक आण्याची मिरच्या कोथिं–

देव : अरे ए–पंढर–ए–

[बुवा थबकतात. इकडे तिकडे बघतात.]

बुवा : (प्रेक्षकांना) जेहत्ते कालाचे ठायी...कोण हाक मारते आहे?

देव : शुत्

[कोणी दिसत नाही.]

बुवा : कोण आहे?

देव : मी आहे–तुझ्या ओळखीचाच.

बुवा : पण देवा कुठे आहात?

देव : श्शू–!

बुवा : चुकलो देवा. उगीच तुमचं बेंड बाहेर फुटायचं, आमच्या भाबडेपणानं!

देव : माझं नव्हे, तुझं–तुझ्या अकटोविकट अज्ञानाचं.

बुवा : बोला, देवा. चालू द्या मनसोक्त. तुमचा आनंद आणि आमची (काय ते दाखवतात एका पंजावरून दुसऱ्या पंजाची तर्जनी पुढेमागे करून.)

देव : अरे देवाला कुठे आहात म्हणून विचारतोस? अरे हरिभक्त-परायणा, देव सर्वांभूती असतो ना?

बुवा : चुकलं म्हणतो तर आता. पण मग का हटकलंत पुन्हा?

देव : तूच सांग.

बुवा : (कळून वळत) नको देवा. तो विषय नको.

देव : का रे? एवढ्यात कंटाळलास?

बुवा : नव्हे, पण कळवळलो. (हात कोपरापर्यंत जोडून) दयाघन, दयासागर देवा, तुम्ही भारीच दयाघन आहात!

देव : हे बघ, असा आडव्या जिभेने बोलू नकोस! कठोर वाटतो मी तुला? अरे जो वज्राला भेदून जातो तोच लोण्याहून मऊ होऊ शकतो.

बुवा : मग लोण्यालाच वज्रासारखं भेदण्याची आणि त्याची पार वाताहत करण्याची ही कुठली पाशवी चैन काढलीत, देवा? हा कुठला दैवी शौक?

देव : पंढर, आज तू एकंदरीनं पायरी सोडून बोलतो आहेस असं म्हटलं तर–

बुवा : मर्यादातिक्रमाबद्दल क्षमा करा देवा–किंवा करूच नका–पण अनंत हणमंताची–त्या छोट्या माणसाची हालत तुम्ही अगदी असह्य करून टाकल्यय.

देव : अशी तुझी समजूत आहे.

बुवा : समजूत? देवा, जेहत्ते कालाचे ठायी नुसताच पतंगासारखा उडवून समाधान झालं नाही त्याला म्हणून तुम्ही त्याचा बिचाऱ्याचा पाय मुरगळून त्याला लंगडा केलंत. वर त्याला असह्य क्लेश दिलेत, भरपूर मनस्तापात टाकलंत. अन्नावरची वासना उडवलीत त्याची, त्याला सुखाची झोप महाग केलीत, त्याची अवहेलना होऊ दिलीत, इतकंच नव्हे तर त्याचं सारं गणगोत भौतिक सुखाच्या लालसेनं त्याच्या विरुद्ध फिरवलं आहात.

देव : हे बघ पंढर....

बुवा : फक्त तो त्याचा तान्हा, पांगळा पोर नि आंधळी बहिरी म्हातारी आई तेवढी त्याच्या बाजूला राह्यलीत! आणि आता एवढ्यानेही

भागून उद्या देवा, तुम्ही त्याचं भिरभिरं करून ते गरगरा गरगरा आकाशातून फिरवणार आहात! देवा तुमची लीला अगाध आहे! जय जय रामकृष्ण हारी!

देव : पंढर, तुझं धाष्ट्र्य थोर आहे. अरे परमार्थप्रचारका, गतजन्मीच्या पाप–पुण्याच्या मिळकतीवर माणसं त्यांचे नवे जन्म जगतात हे कधी ऐकलंयस का तू?

बुवा : हो, म्हणजे....

देव : पृथ्वीसारखी अंदाधुंदी आणि बजबजपुरी स्वर्गात नाही. तिथं साऱ्या गोष्टींना त्यांचे चोख हिशेब असतात. तसाच अनंत हणमंताच्या पाप–पुण्याचादेखील हिशेब असेल त्याप्रमाणे तो उठत किंवा बुडत जाईल. त्याचा शेवट तोच घडवणार.

बुवा : म्हणजे देवा तुम्ही फक्त तटस्थ बघ्ये! अं? चोखंदळ प्रेक्षक! नाटकातल्या पात्रांचं सोयरसुतक न ठेवता जिवाची माफक करमणूक करून घेणारे? आणि मग हे सगळं नाटक घडवणारा खराखुरा सूत्रधार नाटककार कोण आहे? का नाटककार नाहीच या नाटकाला? बोला, देवा, बोला सांगा.

देव : हे बघ, मी फक्त वादापुरता बोलतोय–

बुवा : हा, आता पळ काढू नका देवा रिंगणातून, बाजू अंगाशी येतेसं पाहून! देवा, खरं काय आहे ते साफ साफ सांगून टाका! टाका सांगून....

देव : आपल्या परीनं चतुर माणसा, देव असलो तरी तुला वाटतो तितका भोळा नाही! अरे खरं काय आहे ते तुला सांगून टाकलं तर या विश्वाचं रहस्य माझ्या हाती काय उरलं?

बुवा : मग राखून ठेवा तुमचं 'रहस्य' खुशाल स्वतःकडे, देवा! मी चाललो, तुम्हाला काय, भाजी घरी वेळेवर पोचवली पाहिजे मला. नाहीतर तुम्ही बरे असं ऐकून घ्यावं लागेल आणि वर

गंमत पाहयला तुम्ही असालच! चला–

देव : पंढर–थांब! ज्याच्या कल्पनेनंच तू इतका कळवळलास त्या अनंत हणमंताची खरी परिस्थिती तुला पाहयचीय काय?

बुवा : अहो हीऽऽ–गर्दी उसळल्येय देवा तिकडे–त्या मूनलाइट गेस्ट हाऊसवर. यात्रेचं स्वरूप आलंय म्हणे अनंत हणमंत कुळकर्ण्यांच्या त्या नव्या राहत्या स्थळाला. मुंगी शिरायला वाव नाही. तिथं मी कुठं जाऊ?

देव : आणि इथूनच तुला त्याचं दर्शन घडवलं तर?

बुवा : इथून? हो चालेल की– का नाही!

देव : मग बघ तर—

[कव्हर पडदा वर जातो. बुवा रंगमंचाबाहेरील आपल्या जागेकडे येऊन उभे. साथ वाजू लागते. मागे एक फिक्या रंगाचा पडदा. बुवा अडथळा न व्हावा असे एका बाजूला पण रंगमंचाच्या पुढील भागातच सरकून उभे राहतात.]

बुवा : (प्रेक्षकांना) भगवान-कृपेने मी काय पाहतो?
अजि मी नवल पाहिले.
अजि मी काय देखिले...

[पलीकडे अनंत खोटे चंदेरी पंख बांधलेला, केविलवाणा, हातात एक बाटली धरून उभा आहे. फोटोग्राफरने झगझगीत प्रकाश टाकलेला त्याच्यावर. फोटोग्राफरजवळ चिरूट चावीत यशवंता. अंगावर उत्तम सूट. याशिवाय एक पाठमोरा शेठिया.]

फोटोग्राफर : रेडी? आता इस्माइल प्लीज–हा–हसा–हसा–हसा–अजून–दॅट्स इट. थँक यू.

[पडदा सरकत खाली येतो.]

बुवा : हर हर हर हे काय वर्तले
अनंत झाला दीन

दिगंत ज्याची झेप तयाचे
दैव असे हे हीन?
रामा रामा...इ.

देव : पंढर—

बुवा : काय देवबाप्पा?

देव : बघितलंस पंढर? तुझ्या हिरो भण्डू कंपनीच्या कायाकल्प काढ्याच्या जाहिरातीवर येणाराय! आणि पंख बघितलेस ना पंख? त्याच्या उडण्यावर जनतेचा विश्वास बसावा म्हणून बिनपंखाच्या ईश्वरी योजनेला हे पंखांचं खास व्यापारी परिशिष्ट? मास्टर ऑफ पब्लिसिटी देवराजनं जोडलेलं. आणखीही पाहा—
[श्रोतृसमुदायातून आता दोन पोरे मोठमोठ्यांदा ओरडत अनंत हणमंतची डोक्यामागे तेजोवलय असलेली छापील चित्रे वाटीत रंगमंचाकडे येतात. 'विक्रमवीर उड्डाणमूर्ति योगीराज अनंत हनुमंत रंगीत चित्र किंमत एक आणा, एक आणा'–
रंगमंचावर येऊन बुवांच्या हाती एक चित्र ठेवून आत जातात ओरडत.]

बुवा : परमेश्वरा, हे मी काय पाहतो आहे?

देव : पाहा–नीट पाहा! विक्रमवीर–योगीराज–उड्डाणमूर्ति– ही देवराजची प्रतिभा! आणि डोक्यामागचं तेवढं तेजोवलय बघायला विसरू नकोस. ही फोटोग्राफरची खास किमया, री-टचिंगची! मुद्रा कशी तेज:पुंज आणि मुलायम वाटते की नाही? हे अद्ययावत छपाईचं कसब, बरं! आणि चित्र उलटून नजर टाक जरा–टाक–

बुवा : (चित्र उलटून वाचतात सुन्न मुद्रेने) क्षमासा ढब्बूसा विडी वर्क्सच्या योगीराज उड्डाणमूर्तींना त्यांच्या महान विक्रमास हार्दिक शुभेच्छा–आमची स्फूर्तिदायक विडी थकलेल्यांना आनंद देते–

एकदा वापरून खात्री करा...

देव : वाचलंस? ही जाहिरातीच्या युगाची यशवंत चुणूक! क्षमासा ढब्बूसा विडी ओढतच तर मी सृष्टीची निर्मिती केली नाही ना, असं वाटायला लावणारी! आता जरा हे बघ....

[पडदा सरकत वर जातो.]

एका उंच, आच्छादल्या स्टुलावर पोट कसेबसे टेकून अनंत आडवा. पोटाव्यतिरिक्त सर्व अंग कष्टाने वर उचलले आहे. घामाघूम. डोक्यावर नबाबासारखा मुगूट. हातात झेंडा. :'मी ग्रुशन सॉल्ट घेतो!'

[वेगळा, पाठमोरा फोटोग्राफर आता फोटो घेतो आहे. बाजूला यशवंता आणि देवराज उभे.]

यशवंता : अप्पा, वर–डावा पाय आणखी थो...डा वर–अप्पा उजवा हात थोडा खाली–हां–वर बघा–अजून वर–वर–हसा–अहो असे काय मेल्यासारखे हसताय? नीट हसा–हा–

[पडदा सरकत खाली येतो.]

बुवा : देवा, हे बघवत नाही! (धाव घालि विठू...म्हणू लागतात.)

देव : पंढर, ईश्वरी योजनेचा हा आणखी मानवी दुरुपयोग! योजना आमची, श्रेय त्या ग्रुशन सॉल्ट नामक पाचक भुकटीला! आणि अनंत हनुमंताची आणखी सत्त्वपरीक्षा एका पोजला चारशे रुपये दराने! देवापेक्षा देवराज तात्पुरता श्रेष्ठ हेच खरं!

[तेवढ्यात पडदा पुन्हा वर जातो सरकत. रंगमंचाच्या एका बाजूला अनंताच्या उड्डाण विक्रमाची जाहिरात करणारे मोठे रंगीत पोस्टर. त्यावर अनंताचा केवढाला तरी तेज:पुंज चेहरा– हसरा. रंगमंचाच्या दुसऱ्या बाजूला देवराज आणि यशवंत दोन खुर्च्यांत बसून धडाधड फोन ठोकताहेत कोणत्या तरी सरकारी खात्याला, वकिलातीला, रेडियोला, वगैरे. दोन स्टेनो दिमतीला

उभे वह्या-पेन्सिली सरसावून. फोन्स करीतच एकीकडे दोघे या दोघांना पत्रे, तारा डिक्टेट करताहेत. टाइपरायटर्सचे आवाज. कॉलबेल्स वाजताहेत. मधूनच तारवाला तारांची चळत देऊन जातो. एक-दोन माणसे धावत पळत येतात. त्यांना देवराज आणि यशवंत कसले तरी हुकूम फर्मावतात आणि माणसे धावतच निघून जातात. यशवंतच्या तंगड्या वेगळ्या खुर्चीवर किंवा टेबलावर. देवराज तसाच पण स्मार्टली बसलेला.

...हे चालू असता बुवा देवाचा धावा करीत रहातात संगीत साथीत.

कोणी तरी दोन माणसे येतात त्यांना अर्ध्यावर प्यून अडवतो आणि यशवंतला सांगायला येतो. यशवंत, तोंडातला चिरूट काढून 'यू इडियट, त्यांना थांबायला सांग' असे काहीतरी- एकीकडे दोन फोन्स एकदम घेत- फर्मावतो. ती माणसे यशवंतकडे येतात. रंगमंचावर ती यशवंत आणि देवराजसमोर स्वत:जवळचे गॅसचे फुगे सोडतात. त्यापैकी प्रत्येकाला एक छोटी आडवी मानवी आकृती बांधलेली. फुगे तरंगत वर जातात. पडदा सरकत खाली येतो.]

बुवा : रामा रामा सीतारामा श्रीरामा घनश्यामा
अ-शिवाचे धनु बहुत मातले...
न्या झणि त्यास विरामा...

देव : काय पंढर, कसं काय वाटतंय?

बुवा : (उडालेले फुगे एकदा वाचून पाहून मग हातातले रंगीत चित्र चुरगळून फेकीत) देवा, काही सुचेनासं झालंय.

देव : माझंही तसं काहीतरी होण्याची भीती आहे. पण पंढर, तुझ्या हातातली ती पिशवी पाहिलीस का?

बुवा : (दचकून) काय झालं देवा? आहे की! पिशवी! आताच घेतली बाजारात.

देव : पण तिच्यावर काय आहे?

बुवा : (बघत) काय? आं? (पाहून) देवा, बाजारातल्या पिशवीवर देखील– –विक्रमवीर उड्डाणमूर्ती योगीराज? आणि हे काय? सिद्धपुरुष! आणि ही खाली वज्रचूर्ण स्नफ वर्क्सची जाहिरात!

देव : जय जय देवराज समर्थ!

बुवा : संताप येतोय देवा!

देव : कुणाचा? माझा की त्या प्रति–देवाचा?

बुवा : सगळ्यांचाच. स्वत:चा. अहो देवा, हे आहे काय?

देव : पंढर, हा जागतिक विक्रम आहे–हा अभूतपूर्व योग आहे– ही योजनांची योजना आहे– जगाच्या आरंभापासून आजतागायत असा विक्रम कुणीही, कुठेही केलेला नाही– अधिक माहितीसाठी अधिकृत परिपत्रक मागवा– जाहिरातीसाठी उत्कृष्ट माध्यम, संधी गमावाल तर पस्तावाल–त्वरा करा–त्वरा करा–

बुवा : त्वरा कपाळाची करा! देवा, तुमचा तटस्थपणा फार होतोय! एका उदात्त गोष्टीचा हा असा व्यापार, देवा? श्रद्धाबळाची विडीकाडीच्या नि तपकिरीच्या मोलाने किंमत? ईश्वरी संकल्पाची अशी देखता डोळा विटंबना? सहन नाही होत! जाऊ दे. चाललो मी. (तिरीमिरीनेच निघतात आणि रेंगाळतात.) पण देवा, त्याचं काय म्हणणं आहे? त्याचं–त्या छोट्या, निरागस माणसाचं? या संबंधात?

देव : ते तुला हवंच असेल तर पहा.
[पडदा वर सरकत जातो. बुवा दिसेनासे होतात. चांदणी उत्तर रात्र. मून लाइट गेस्ट हाऊस अशी मोठी अंधूक पाटी आणि एक गॅलरी. अनंत हनुमंत चोरासारखा गॅलरीत येतो.]

अनंता : सगळं जग झोपलं आहे. उघड्यावर रस्त्याच्या फूटपाथवरदेखील आपल्याच दुर्दैवाची उशी करून कसे गाढ झोपले आहेत एकेकजण. आईच्या कुशीत झोपावेत तसे. आणि स्वास्थ्याच्या

देखण्या कोठड्यात दिवे जळताहेत कसल्या तरी व्यथांसारखे. जिवाला चैन नाही. काही सुचत नाही. मी काय करू?...जावं का उडून असंच दूर कुठल्या तरी देशात जिथं त्यांचे हात पोचूच शकणार नाहीत? पण पायाला जखडून ठेवल्यांनी आहे या साखळदंडानं, मी हे करीन या भयानं. बा साखळदंडा, तुझं दु:ख मी जाणतो. कुणाला तरी जखडू जाताना तूसुद्धा जखडलाच जातोस. जखडलेला कैद. जखडणाराही कैदच. माझ्या मागून फिरत फरफटत राहण्याशिवाय तुला दुसरी गती नाही. मला उद्या उडवण्याशिवाय त्यांनाही दुसरी गती नाही. माझी भूक मेली आहे तशी त्यांचीही मेली आहे. भयानं मला झपाटलं आहे तसं त्यांनाही झपाटलं आहे. त्यांच्या डोळ्यात मला ते भय दिसतं. मी त्यांचा बेत तडीस जाऊ देणार नाही, हे ते भय. हे भय आहे यशवंताच्या डोळ्यात, सुशीलेच्या डोळ्यात, त्या छोट्या पोरींच्यादेखील डोळ्यात. ते पाहिलं की वाटतं, यांच्यासाठी उडावं–काहीही करावं. पण मग आतून कुणी तरी करकचून चिमटा घेतं काळजाला नि विचारतं कर्मदरिद्र्या, दैवी वराचा हा उपयोग? मी काय करू, मी काय करू? माझ्या पांगळ्या पोराचं संकट मला घातल्यांनी आहे. त्या पोरानं धडधाकट व्हायचं असेल तर या माझ्या दिव्य शक्तीचा बाजार मी होऊ दिला पाहिजे. जे साऱ्या दु:खितांच्या, हीनदीनांच्या भल्यासाठी मानलं ते अखेर माझ्या गोपापायी क्षुद्र स्वार्थामागे लागलेल्यांच्या दिमतीला द्यावं लागणार? परमेश्वरा, मला मार्ग दाखव, मला मार्ग दाखव.

बुवा : (फक्त आवाज) अनंत हनुमंत! अनंत हनुमंत!

अनंता : कोण? कोण मला हाकारतं आहे? कुणाचा हा स्वर? हा ओळखीचा वाटतो! हा दिलाशाचा वाटतो—

बुवा : (फक्त आवाज) अनंत हनुमंत, मी आहे, मी.

अनंता : (खाली वर पहात) ज्याला मी काळजाच्या आकांतानं एकसारखा हाकारतो आहे, तो तर हा नव्हे? परमेश्वरा, ये, मला माझा मार्ग सांग. पणाला लागलं आहे ते माझं नव्हे, तुझं आहे देवा.... तूच ते वाचवण्याचा मार्ग दाखव. देवा, माझे प्राण नव्हेत, तर तुझी अब्रू लागली आहे पणाला–

बुवा : (खालून) अनंत हनुमंत!

अनंता : पुन्हा तोच दिलाशाचा स्वर! तीच आतड्याच्या आचेनं मारलेली ओली हाक! या हाकेनंच कसं शांत वाटलं! देवा, लवकर या, लवकर घ्या मला कुशीत–

बुवा : नाही रे. मी देव नव्हे, मी पामर आहे.

अनंता : पामर आहे? कोण असेल मग हे... (गॅलरीवर चढण्याचा प्रयत्न करतो. साखळदंडाने अडतो.) हा तो तर नसेल? तो...भुकेला, वखवखला..अंधारात भेटलेला... जवळचं सगळं मागणारा गरजू माणूस? मला भेट! माझ्या समोर ये. असा अंधारात दडू नकोस. मला तुझी त्रिवार क्षमा मागायची आहे. तुझ्या खांद्यावर डोकं ठेवून मनसोक्त रडायचं आहे. मी तुला फसवलं. पगाराचं पाकीट म्हणून बिलाचं पाकीट दिलं तुला मी...आणि तेव्हांपासून वाट बघतो आहे तुझी रात्रंदिवस. पण आलासच नाहीस!

बुवा : अनंता, अरे मी तो भुकेला नव्हे, मी तर पोटार्थी!

अनंता : का कोड्यात घालता मला? सगळी कोडी–कोडीच पडली आहेत बघा. उत्तरं सुचत नाहीत. प्राण कासावीस होताहेत. आता नवं कोडं नको.

बुवा : अनंता, अरे मी तो कीर्तनकार–ज्याच्या श्रद्धेच्या बळावरच्या आख्यानाचं निमित्त होऊन दैवी वराचा शाप तुला प्राप्त झाला–

तो मी–

अनंता : कोण?

[स्टेजवर एकदम काळोख. उजेड येतो तेव्हा या दृश्यावर पडदा आलेला. बुवा एकटे उभे.]

बुवा : देवा, का मध्येच व्यत्यय आणलात?

देव : व्यत्यय तूच आणलास.

बुवा : काय बिघडलं असतं त्या अश्राप जीवाची आणि माझी एकदा तरी गाठ झाली असती तर?

देव : ते विधिलिखितात नाही.

बुवा : तसं नाही ते देवा, मला आहे ठाऊक. मी भेटून त्या भाबड्या माणसाला तुमच्या बेतापासून परावृत्त करीन अशी भीती तुम्हाला वाटली, होय ना?

देव : मला आणि भीती? पंढर, डोकं ठिकाणावर आहे का तुझं?

बुवा : पण मन त्या दुर्दैवी जीवापाशी गुंतलंय, देवा.

देव : तुला घरी भाजी पोचवायची आहे. विसरलास वाटतं? भावनेपेक्षा कर्तव्य श्रेष्ठ!

बुवा : खरंच की. (निघतात.)

देव : भेट...ब्रेबॉर्न स्टेडियमवर–विक्रमी सोहळ्यासाठी हजारोंच्या गर्दीतून चेंगरत, धक्के खात येशील तेव्हां–

बुवा : तुम्हीही असालच देवा, धक्के देत–विस्मयाचे! (पिशवीसह जातात.)

[रंगमंच रिकामा आणि उडणाऱ्या आडव्या अनंताची एक पेंढा भरलेली, तारांनी जखडलेली अतिमानवी, भेसूर आकृती धरलेली एक मिरवणूक रंगमंचावर घोषणा ओरडत येते. याशिवाय या मिरवणुकीत आडव्या अनंताच्या तुलनेने लहान, पण ठळक लाकडी आकृत्या आणि उड्डाण यशस्वी होवोसारख्या पताका.

घोषणा : 'उद्याच्या उड्डाणविक्रमाला हजारोंच्या संख्येने चला! उड्डाणमूर्ती योगीराज सिद्धपुरुष अनंत हनुमंत झिंदाबाद!'
घोषणा ओरडत माणसे जागच्या जागी नाचू उडू लागतात आणि आडवी, मोठी, भेसूर आकृती एखाद्या प्रचंड प्रेतासारखी लटलट हलू, डुगडुगू लागते. दुसऱ्या अंकातला अश्वत्थामा कृपाचार्य बुद्धिसागर 'ही बुवाबाजी आहे!' 'ही फसवणूक आहे!' 'हिचा धिक्कार असो!' असे ओरडत येतो.
जमावाच्या घोषणांबरोबरीने तो एकटा हे ओरडत राहतो. त्याच्या घोषणा विरुद्ध घोषणात हरवू लागतात. कुणी तरी त्याची टोपी उडवते. कुणी तरी कोट ओढते. कुणी तंगडीत तंगडी घालते. बुद्धिसागर हेलपाटत गर्दीत दिसेनासा होतो.
घोषणांबरोबर आडवी आकृती हादरते, उडते आहे. मग मिरवणूक या आकृतीसह रंगमंचावरून घोषणा करीत निघून जाते. उडत्या मानवी आकृत्या बांधलेले गॅसचे फुगे उडवीत.]

बुवा : (त्यांच्या वेगळ्या पीठावर उभे. साथीदारांच्या हाती वर्तमानपत्रांची चळत. त्यातले एकेक उघडून पाहून योग्य त्या कीर्तनी आविर्भावासह) पुंडलीक वरदा हारि विठ्ठल! काय रंगराव, विष्णुपंत, केशवराव, नानासाहेब, आप्पाजी, काकाजी, देवाजी, काय म्हणताहे आजचं वर्तमानपत्र? छाप्यांनी आज कुणावर घातले आहेत छापे? वर्तमानात काय वर्तले आहे पाहू– (वाचत) 'जगाचे लक्ष ब्रेबॉर्न स्टेडियमकडे!' 'भारताचा महान उड्डाणवीर अंतराळात जाणार.'
'सोविएत पंतप्रधानांचा शुभेच्छादर्शक संदेश.' 'अमेरिकेचे शास्त्रज्ञमंडळ भारताकडे रवाना : विक्रमाची शास्त्रीय चिकित्सा करणार.' 'उड्डाण विक्रमाआधी वायदेबाजारात तेजी.' 'आंतरराष्ट्रीय शास्त्रज्ञ आणि डॉक्टरांनी अनंत हनुमंत यांची कसून वैद्यकीय

तपासणी केली असता तो पूर्ण नॉर्मल असल्याचे आढळून आले; त्याच्या उड्डाणशक्तीचे शास्त्रज्ञांना गूढ. आव्हान स्वीकारले!'

[मागे स्टेडियमवरच्या आवाजांचा वाढता घुमारा ऐकू येऊ लागतो क्रिकेट सामन्यात येतो तसा.]

पुंडलीक वरदा हारि विठ्ठल, बोला अनंत हनुमंत तुकाराम!

('आम्ही जातो अमुच्या गावा' हा अभंगाचा चरण साथीसह म्हणू लागतात; त्यालाच 'तुका झाला सांडा' सलगपणे जोडून म्हणतात.) चला, नानासाहेब, बाळासाहेब, विष्णुपंत, केशवराव, रंगराव, अप्पाजी, देवाजी – विधिघटनेचा खेळ पहाण्याला आपण देखील ब्रेबॉर्न स्टेडियमवर जाऊ या चला. फार मोठा खेळ मांडला आहे, महाराज! खेळणारा मोठा, तसा त्याचा खेळही मोठाच! आज अभूतपूर्व कसोटी सामना आहे ब्रेबॉर्न स्टेडियमवर — अशी कसोटी, संतांची सोडली तर कुणाची लागली नसेल. असा सामना कुणी पाहिला नसेल. एका बाजूला उभी आहे कर्तुमकर्तुम् दैवी शक्ती आणि दुसऱ्या बाजूला व्यवहाराचा बलाढ्य संघ आपल्या सर्व आयुधांनिशी सज्ज आहे. फळी म्हणजे बॅट केली आहे जागतिक विक्रमाची, त्रिफळा तर साक्षात कालपुरुषाने रोवला आहे आणि कंदूक ऊर्फ चेंडू आहे आज एक जिवंत माणूस : अनंत हणमंत कुलकर्णी. दिगंताच्या पॅव्हिलियनवर आज षट्कार सणसणणार! चला मंडळी, चला – अनंताच्या वाटेने चला – (जाऊ लागतात.)

[क्षणभर काळोख होऊन रंगमंचावर प्रकाश येतो तेव्हा...]

ब्रेबॉर्न स्टेडियम. मुद्दाम उभारलेले उंच व्यासपीठ तेवढेच दिसते. मागे मोठी पताका : जागतिक उड्डाणविक्रम यशस्वी

होवो!' वेगवेगळ्या देशांची रंगीबेरंगी निशाणे – यात भारताचा ध्वज प्रामुख्याने शोभतो. पुढील बाजूस कडेला एक नक्षीदार घडणीचा मोठा थोरला, चांदीचा वाटावा असा पिंजरा. एकीकडे अनंताशी नावापुरते साम्य वाटणाऱ्या एका भल्या मोठ्या चेहऱ्याचे चित्र. व्यासपीठावर माणसे स्थानापन्न. यात उद्‌घाटक नटी जयंतीमाला, शंभरी उलटलेले अध्यक्ष महर्षी धुर्ये, आचार्य नाथ पाटील, मिस्टर प्लेनवाला, उत्तर ओर्णियाचे कॉन्सल द ला मर, स्वामी गंडभीरानंद, कामगार पुढारी भाई गेंडासिंग परदेसी आदी धेंडे दिसावीत. यातच स्वामी गंडभीरानंदांच्या खुर्चीला खुर्ची लावून बुवाबाजी विध्वंसक बुद्धिसागर देखील संतुष्ट मुद्रेने बसलेले.

दूरध्वनिक्षेपक : शांत रहा! शांत रहा! विक्रमवीर अनंत हनुमंत कुलकर्णी सहपरिवार व्यासपीठाकडे येत आहेत त्यांना कृपया वाट द्या. उड्डाणमूर्ती विक्रमवीर कुलकर्णी येत आहेत. स्वयंसेवकांनी कडं घट्ट ठेवावं. लोकांनी आपापल्या जागीच रहावं, आपापल्या जागी कृपा करून बसून घ्या. धक्काबुक्की करू नका. वाट द्या. त्यांना व्यासपीठाकडे येऊ द्या म्हणजे ते सर्वांना दिसतील. भारताच्या विक्रमवीरा, तुझं स्वागत असो. आता तेरा सुवासिनी आपल्या महान विक्रमवीराला ओवाळताहेत. हार आणलेल्या शेकडोंनी कृपा करून हार सेक्रेटरी देवराज यांच्याकडे नेऊन द्यावेत; स्वत: घालण्यासाठी धावू नये. शिस्त ठेवा, एरवी जमलेला लाखांचा जमाव अनावर होऊन गोंधळ माजेल. शिस्त ठेवा, शिस्त ठेवा. शिस्तीचं महत्त्व फार मोठं आहे. टेलिव्हिजन आणि फिल्मस् डिव्हिजनच्या कॅमेरेवाल्यांनी उजव्या कोपऱ्याकडे सरकून घ्यावं. वर्तमानपत्रांच्या फोटोग्राफर्सनी डावीकडे यावं. पत्रप्रतिनिधींनी आपापल्या जागा सोडू नयेत. उठलेल्यांनी खाली

बसून घ्या. विक्रमवीर आता सहपरिवार व्यासपीठाकडेच येत आहेत. वाट द्या. वाट द्या. विक्रमवीर व्यासपीठाच्या पायऱ्यांपाशी पोचले आहेत. ते वर येताहेत. सुस्वागतम्, भारताच्या सुपुत्रा, यंत्राविना अंतराळस्थ होणाऱ्या जगातल्या पहिल्या महामानवा, सुस्वागतम्!

[देवराज, मागोमाग यशवंता आणि त्या दोघांमागून खास या सोहळ्यासाठी तयार केलेल्या रंगीबेरंगी पोषाखात अनंत व्यासपीठावर येतो. मागून, सुशीला, मंदा, विमल. सुशीलाच्या हाती गोपाचे मुटकुळे. अनंत व्यासपीठावर येताच टाळ्यांचा कडकडाट. अनंतावर झगझगीत प्रकाशझोत पडतो. वरून पुष्पवृष्टी होते.

एक स्वागतपर गीत – या समारंभासाठीच रचलेले– तेवढ्यात चालू होते.

अनंत मनस्वी बावचळून जागच्या जागी उभा.

मग यशवंता त्याला धरून पिंजऱ्याशी नेतो. दार उघडून पिंजऱ्यात सोडतो. दार ओढून घेतो. कुणी तरी एवढ्यात इतरांना व्यासपीठामागे नेऊन बसवते.]

दूरध्वनिक्षेपक : विक्रमवीरांच्या अंगावरचा विशेष प्रकारचा बेहतरीन पोषाख त्यांच्या विक्रमासाठी भारतातल्या मशहूर फाटा टेक्स्टाइल मिल्सने मुद्दाम बनवून दिलेल्या अंतराळ योग्य कापडापासून मेसर्स मानकामे अँड सन्स – टेलर्स अँड आउटफिटर्स यांनी शिवल्याचे आम्ही साभिमान जाहीर करतो! मनपसंद कपडे शिवून घेण्यासाठी मुंबईतील एकमेव ठिकाण : मेसर्स मानकामे अँण्ड सन्स. पेस्तनजी बिल्डिंग, दोराबशा मेहता रोड, मुंबई नंबर तेवीस. लक्षात ठेवा! दोराबशा मेहता रोड, मुंबई नंबर तेवीस. विक्रमवीराच्या पायांतली विशेष स्वरूपाची पादत्राणे

जगप्रसिद्ध बटाव शूजच्या चालकांनी तयार करून दिली आहेत आणि त्यांच्याजवळ उड्डाणकाळात रहाणारं बिनतारी संदेशाचं यंत्र झेकोस्लोव्हाकियाच्या ट्रास्मार कॉर्पोरेशननं मुद्दाम बनवून पाठवलं आहे. या यंत्राद्वारे विक्रमवीर उड्डाणकाळात पृथ्वीवरल्या माणसांशी बोलू शकतील; आणि इथून त्यांना उत्तमोत्तम चित्रपटांतल्या लोकोत्तर ध्वनिमुद्रिका हूज मास्टर्स चॉइसतर्फे मनोरंजनार्थ ऐकवल्या जातील. माफक दर! चित्रपट निर्मात्यांनी त्वरा करावी! फक्त थोडीच मिनिटे शिल्लक! विक्रमवीरांचे संदेश रेडियोवरून मुद्दाम ऐकविण्याची सोय बाराशे चार पॉइंट वीस मीटर्सवरून करण्यात आली आहे. त्यासाठी अद्ययावत् बांधणीचे टिकाऊ खंकार रेडियोच वापरा! खंकार रेडियो वापरा! प्रेक्षकांनी शांत बसून घ्यावं, आता समारंभ सुरू होत आहे. शांत व्हा. शांत व्हा. शांत व्हा!

[शांतता.

व्यासपीठावरल्या धेंडांत एकमेकात कुजबूज. ठरवाठरवी. देवराज आणि यशवंता यांची जराशी धावपळ.]

दूरध्वनिक्षेपक : प्रथम 'जब इन्सान सो गया' आणि 'इन्सान कब जाग उठेगा' या आजच्या क्रांतिकारक, चित्तथरारक, हृदयविदारक, दिलचस्प, तुफान लोकप्रिय चित्रपटांच्या नवनवोन्मेषशालिनी स्वरूपराणी नायिका जयंतीमाला या विक्रमसोहळ्याचं उद्‌घाटन करताहेत. मिस् जयंतीमाला!

[टाळ्यांचा कडकडाट. ओरडा. जयंतीमाला स्वत:चा साज सावरीत उठते आणि एक फिल्मी पोज घेऊन उभी राहते. फोटोग्राफर्स तिचे फोटो झडपतात. मागून एक काळाकभिन्न जाडजूड मिशाळ सूटवाला माइकशी येतो आणि हातात काही कागद घेऊन वाचू लागतो.]

सूटवाला : माझ्यासाठी इथं जमलेले सभ्य स्त्रीपुरुष आणि माझे हजारो भक्त हो, तुमच्यापुढे काय बोलावं हे मला कनी अगदी कळेनासं होऊन मी गोंधळली आहे. (नटीकडे लाचारपणे पहातो. तिची गोंधळल्याची फिल्मी पोज.) मला पब्लिकमध्ये भाषण देण्याची सवय नाही आणि फार मोठ्यांदा बोलली तर माझ्या थ्रोटच्या हेल्थवर परिणाम होतो असं माझे डॉक्टर कनी मला सांगतात; त्यामुळे माझ्या सेक्रेटरीलाच मी माझं भाषण लिहून वाचून दाखवण्याला– (लाचारपणे तिच्याकडे एकदा पाहून जीभ चावीत) वाचून दाखवण्याला नाइलाजानं सांगत आहे. त्याबद्दल तुम्ही मला माफी कराल अशी मी आशा करते. (लाचारपणे नटीकडे पहातो. तिची 'क्षमस्व' ची नृत्यसदृश पोज.) विक्रम करणारे पुरुष कनी मला भारी आवडतात. (तिची तशी पोज.) माझ्या आठ पिक्चर्सनी असेच मोठमोठे विक्रम केले आहेत. (तिची विनयाची पोज.) शिवाय माझ्या डॉगीचं म्हणजे कुत्र्याचं पण नाव विक्रम हेच आहे. (तिची लाजल्याची पोज.) तो अल्सेशन असून फार फार प्रेमळ आहे. असा डॉगी दुसरा मला तरी दिसत नाही. (तिच्याकडे केविलवाणा पहातो.)

म्हणून आजच्या या विक्रमाचं प्रचंड उच्चाटन मी करते. (तिची तशी पोज.) या प्रचंड उच्चाटन प्रसंगी जमलेल्या माझ्या प्रेमळ चहात्यांना मी माझी हार्दिक शुभेच्छा देते आणि खाली बसण्याची— बसण्याची— बसण्याची... (शेवटचा कागद त्याला सापडत नाही. जयंतीमाला लटकल्यासारखी उभी. मग त्याला एकदाचा कागद सापडतो.) परवानगी घेते. नमस्ते!

[जयंतीमाला एकदाची तरंगत जाऊन आसनस्थ होते. टाळ्यांचा कडकडाट. फोटोग्राफर्स पुन्हा एकवार तिचे फोटो झडपतात.

सेक्रेटरी अंग चोरीत मागे निघून जातो.]

दूरध्वनिक्षेपक : मिस् जयंतीमाला यांच्या प्रतिभाशाली, कर्णदीपक भाषणानंतर उत्तर ओप्रियाचे कॉन्सल द ला मर आपल्या देशातल्या जनतेतर्फे शुभेच्छाप्रदर्शक भाषण करताहेत. सिनोर द ला मर! शांत रहा! भाषण ऐका!

[एक उंची चित्रविचित्र गृहस्थ उठतो आणि न कळणाऱ्या भाषेत सावेश बोलून खाली असतो. टाळ्यांचा कडकडाट.)

दूरध्वनिक्षेपक : आत्ताच आपण ऐकलंत त्या द ला मर यांच्या अत्यंत सुंदर आणि स्फूर्तीदायक अशा भाषणानंतर, जमलेल्या लाखो लोकांच्या नजरा आता आतुर झाल्या आहेत. कशासाठी? अर्थात् विक्रमासाठी! शहरभर जागोजाग छपरांवर, गच्च्यांवर, झाडांवर, मैदाना–मैदानातून बसलेले लक्षावधी स्त्री–पुरुष प्रेक्षक उतावीळ झाले आहेत. जगभरचे उत्सुक प्रेक्षक ओरडताहेत. 'विक्रम'! 'विक्रम'! परंतू सबूर! जरा सबूर! यानंतर (जरा स्तब्ध राहून) यानंतर गंडभीरमठाचे स्वामी गंडभीरानंदजी या भव्य आणि दिव्य समारंभासाठी मुद्दाम इथं उपस्थित झाले आहेत. ते परमेश्वराच्या वतीने या विक्रमाला शुभाशीश प्रदान करीत आहेत. शांती!

[गुटगुटीत तब्बेतीचा चमनगोटेवाला स्वामी उठतो आणि हिंदीत 'ये है' 'वो है' वाले एक विलक्षण भंपक प्रवचन 'अध्यात्म' 'ब्रह्म' 'माया' 'योगवासिष्ठ' वगैरे जडजंबाल शब्दांसह चालू करतो. हा विक्रम आपले गुरू हिमालयस्थ बाबा बद्रीनाथजी यांच्या लीलेने होत असल्याचे जाहीर करतो. यशवंत मागून कफनी खेचून त्याला खाली बसवतो. टाळ्यांचा उतावळा कडकडाट.]

दूरध्वनिक्षेपक : मंडळीची उत्सुकता आता शिगेला पोचते आहे. पण त्यांनी

धीर धरावा. विक्रम लौकरच सुरू होईल. यानंतर – यानंतर – (जरा थांबून) यानंतर विक्रमवीर सिद्धपुरुष योगीराज प्रति – हनुमान श्रीमान अनंत हनुमंत कुलकर्णीजी यांचा आपल्या महान् कंपनीत कित्येक वर्षे पितृवत् प्रतिपाळ करणारे जगप्रसिद्ध एअरलाइन्स कॉर्पोरेशनचे थोर मॅनेजिंग डिरेक्टरजी आणि भारताचे एक बडे दानशूर उद्योगपतीजी मि. नसरवानजी प्लेनवाला मुद्दाम इथं आपल्या आणि आपल्या कंपनीच्या शुभेच्छा देण्यासाठी आले आहेत. तर, मि. प्लेनवाला.

[उंची सूटबूट आणि काळा चष्मा अशा पेहेरावातला मि. प्लेनवाला उठून भाषण करतो.]

प्लेनवाला : लेडीज अॅण्ड जंटलमेन – (वळून रुबाबशीर स्मित करीत) अॅण्ड मिस जयंतीमाला – (ती लाजून याचा स्वीकार करते.) मी पारसी हाय. पण हे विक्रम सेरेमनी निमित्त मी मराठीमधी माझा — व्हॉट आय मीन टु से ईज – रादर – ऑर आय मे ईव्हन से – अर – आय शुड से दॅट ईव्हन – इस्पीच करणार हाय. (टाळ्या) मला मराठी आवडतो व्हेरी मच. (टाळ्या) आमचा सर्व्हंट मि. एन. एच. कुलकर्णी यांची विक्रमाने मला फार सुख होतो. हा मी आमची कंपनीचाच विक्रम समजते. बिकॉज – आमची एम्प्लॉइजच्या वेल्फेअरसाठी आम्ही जे मोठमोठे सोयी करते, तेना जे फुल फेसिलिटीच देते, तेच्या – अर व्हॉट्स द ब्लडी वर्ड आय डोण्ट जस्ट नाव रिमेंबर, बट... येस्... तेच्या ऑल आउट डेव्हलपमेंटसाठी जे स्कीम्स करते, त्यातून तेचा हेल्थ आणिक टेलण्ट वधारतो, त्याचा हा एक्झाम्पल हाय. वुई नॉट ओन्ली एम्प्लॉय देम, बट वुई मेक देम हॅपी! वुई एन्करेज देम! आमी तेना उन्नत करते – येस, दॅट्स द वर्ड आय बिलीव्ह? (पलीकडे बसलेल्या मफलरवाल्या

भाई गेंडासिंगाकडे दुजोऱ्यासाठी चुकून बघतो. गेंडासिंगांचे आसुरी स्मित. प्लेनवाला घाईने आचार्य नाथ पाटलांकडे बघतो. ते गोड स्मित करतात उलट.) मि. कुलकर्णी हेच्या टेलण्टला आम्ही फुल स्कोप दिला; वुई टोल्ड हिम, गो अहेड, डू इट चॅप, वुई आर बॅकिंग यू, डोण्ट वरी – गो अहेड – आणि म्हणून ते उडाला असा आमी अभिमानचे संकट इथे जाहीर करतो – (टाळ्या.) एअरलाइन्स कॉर्पोरेशन ईज अॅण्ड विल बी अॅण्ड शाल बी ऑलवेज अहेड इन द फिल्ड ऑफ फ्लाइंग! थँक यू. (जयंतीमालेकडे एक रुबाबशीर कटाक्ष टाकून रुबाबातच खाली बसतो. टाळ्या. जयंतीमाला प्लेनवालाकडे प्रेमळ नेत्रकटाक्ष टाकते आहे.)

दूरध्वनिक्षेपक : आता विक्रमाचा दिव्य भव्य क्षण समीप येत आहे. मंडळींना फार वेळ वाट पहावी लागणार नाही. आता (स्तब्धता. नंतर) आता अखिल भारतीय सत्पक्षाचे एक फार मोठे मान्यवर नेते आणि भारताची भव्य आशा असे आपले सर्वांचे आवडते आचार्य नाथ पाटील भाषण देतील. आचार्य नाथ पाटील!

[नाथ पाटील डोक्यावरच्या गांधी टोपीचे दोन्ही कोन चाचपत उठतात. मग जरा नाक कुरवाळतात. जमावात त्यांच्या नावे घोषणा 'झिंदाबाद' च्या. नाथ पाटील माइक वर–खाली करायला लावतात. कोटाची बटने चाचपतात. पोटावरून हात फिरवतात. मग जरा जागच्या जागी झुलतात आणि माइक एका हातात धरून भाषण करू लागतात.]

नाथ पाटील : भाईयों और बहेनों, और (वळून मि. प्लेनवाला यांजकडे पाहून गोड स्मित करीत) मेरे सन्मित्र एअरलाइन्स कॉर्पोरेशन के मॅनेजिंग डायरेक्टरजी मि. प्लेनवाला – आज – यहां पधारनेपर– और ये और वो करनेपर – इस अवसरपर – मुझे

बडा आनंद और संतोष हो रहा है इस लिए के —

जमाव : मराठीत बोला! मराठीत बोला! पाटील मराठीतून बोला.

नाथ पाटील : (रुंद स्मित करीत) ठीक आहे. आपल्या आज्ञेबाहेर मी नाही. मी मराठीतून बोलतो.

[टाळ्या, पाटील मान लववून त्यांचा स्वीकार करतात. त्यांच्या नावे 'झिंदाबाद' च्या घोषणा.]

आज आपल्या देशासमोर – आणि एकंदरीने जगासमोर बड्या बड्या बिकट म्हणजे की जटिल समस्या वाढून ठेवल्या आहेत. या समस्या हल केल्या पाहिजेत. सुविधा हांसील केली पाहिजे. तशी चेष्टा म्हणजे की प्रयत्न आपले सर्वांचे महान पुढारी जगमोहनदासजी हाथी– (थांबतात; टाळ्या पडेपर्यंत) आणि आम्ही करीत आहोत. रात्रंदिन आम्हां युद्धाचाच प्रसंग! आळंदीचे की देहूचे आपले तुकाराम महाराजच म्हणाले आहेत की जया अंगी मोठेपण तया यातना कठीण... (टाळ्या.) आज आपल्यापैकी प्रत्येकाने हाथींचे हात अधिक बळकट म्हणजे की पोलादी करण्यासाठी एकदिलाने झटलं पाहिजेलाय. देशापुढचे प्रश्न फक्त आमचा सत्पक्षच हल करू शकेल म्हणजे की सोडवू शकेल असं मी आपल्याला बजावून सांगण्याची इथं नम्र परवानगी घेतो. येत्या निवडणुकीत (कानाशी लागलेल्या यशवंताला) त्याच्याकडे मी येतोच आहे – (पुन्हा) तर आंतरराष्ट्रीय तणातणी – आणि अंतर्गत लोकशाही राजवट – त्याचप्रमाणे की आम जनतेचं कल्याण (टाळ्या.) आणि आपले शिवछत्रपती, राणा प्रताप, भगतसिंग, जगमोहनदासजी हाथी आणि आम्ही (टाळ्या.) त्याचप्रमाणे इथं एवढ्या प्रचंड संख्येने जमलेले आपण हजारो लोक – (टाळ्या.) अशा सर्वांचा विषय जरा बाजूला ठेवून आम्ही इथं याप्रसंगी असं नम्रपणे

जाहीर करण्याची काळजी घेतो म्हणजे की असं नम्रपणे घोषितच करून टाकतो, की आजचा हा विक्रम हे आमच्या सत्पक्षानं गेली चौपन्न वर्षं आणखी नऊ महिने आणखी तेरा दिवस या देशात केलेल्या अविरत आणखी की अखंड आणि नेटाच्या कार्याचं आणि आमच्या विचारप्रणालीचं हे आहे. (टाळ्याच टाळ्या.) फळ आहे. (खिशातला रुमाल काढून सबंध तोंड पुसतात आणि रुमाल खिशात ठेवीत माइक पुन्हा पकडून) विजय आहे हा आमच्या तत्त्वज्ञानाचा आणखी की दिग्विजयच आहे असं आम्ही इथं नम्रपणे जाहीर करतो. (टाळ्या.) आणि येत्या निवडणुकीत आमच्या पक्षालाच जनता प्रचंड बहुमतानं निवडून देईल आणि विरोधकांची दाणादाण उडवील असा आत्मविश्वास म्हणजे की दणदणीत हमीच आम्ही या निमित्तानं माननीय जगमोहनदासजी हाथींना नम्रपणे प्रदान करतो. जगमोहनदासजी, आम्ही आपल्या मागे आहोत, आपण पुढे चला! आजचा प्रसंग मोठा हा आहे. ही वेळ मोठी याची आहे. इथं आज आपण एवढ्या प्रचंड संख्येने जमला आहात. आम्हीही आमच्या प्रचंड व्यापातून वेळ काढून इथं पधारलो आहोत. तर या निमित्ताने आजचे विक्रमवीर हनुमान अनंत–जे कुणी म्हणजे की असतील ते– त्यांचं नाव महत्त्वाचं नाही कारण ते आमच्याच पक्षाचे आहेत असं आम्ही मानतो – मानतो म्हणजे नम्रपणे जाहीरच करून टाकतो – व्यक्ती महत्त्वाची नाही, समष्टी महत्त्वाची – आमच्या प्रभावी तत्त्वज्ञानाची म्हणजे की वैचारिक बैठकीची ध्वजा ते अनंत अवकाशात ही करतील म्हणजे की फडकावतील आणखी हे करतील अशी खात्री जनताजनार्दनाच्या चरणी नम्रपणे प्रदर्शित करून हे लांबलेले दोन शब्द आवरते घेतो. जय जगत! जय भारत!

(अभिवादन करून खाली बसतात. जमावाकडून त्यांचा जयजयकार.)

ध्वनीक्षेपक : प्रेक्षकांनी शांतता पाळावी. शांत रहा! शांत रहा! यानंतर लौकरच उड्डाणाचा जागतिक विक्रम होणार आहे. जमावानं कृपया शांत रहावं. शांती रखिये! यानंतर (थोडा वेळ घेऊन) अखिल भारतीय श्रमिक संघटनेचे भाई गेंडासिंग परदेशी देशातल्या आणि जगातल्या श्रमिकांतर्फे आजच्या विक्रमाला शुभेच्छा देतील. तर, भाई गेंडासिंग!

[एक फाटका इसम मफलर सावरीत येऊन माइक दोन्ही हातात पकडतो. त्याच्या नावे 'झिंदाबाद' च्या घोषणा.]

गेंडासिंग : (ओरडून) कॉम्रेड्स, (माइकचा वरचा भाग सुटून त्याच्या हातात येतो. तो बाजूला ठेवून उरलेला माइक धरून) रक्त आणि घाम गाळून फॅक्टऱ्या आणि शेतातून राबणाऱ्या आमच्या कामगार किसानांची राक्षसी पिळवणूक (माइकचा उरलेला एक भाग हातांत येतो तो बाजूला ठेवून) करणाऱ्या या देशातल्या मक्तेदार भांडवलवाल्यांना आणि नफावादी पुंजीपतींना आम्ही इथून इशारा देतो, की सावधान! आमच्यातला एक कॉम्रेड आम्ही आज उडवतो आहोत; त्याचप्रमाणे तुमची सर्व जुलमी सत्ताच एक दिवशी आमच्या पोलादी शक्तीच्या जोरावर आम्ही आकाशात तीन ताड आणि बारा हात उडवून दिल्याखेरीज रहाणार नाही! (सगळा माइक उपटून बाजूला टाकून देतो. 'लाल झंडे' च्या घोषणा.) आम्ही तुमची पाळंमुळं खणून काढू. तुमचे एजंट आणि छुपे हस्तक शोधून त्यांची हड्डी नरम करू हे सांगण्यासाठी आज आम्ही इथं अशा प्रचंड संख्येनं जमलो आहोत.

[यशवंता कानाला लागतो.]

तेच – म्हणजे ते एकच (पुन्हा) जशी की आजच्या या विक्रमी कॉम्रेडनं उड्डाणी विक्रमाच्या रूपानं जगातल्या रक्तपिपासू साम्राज्यवाद्यांची आणि पुंजीवाद्यांची केली आहे – हड्डी नरम. (टाळ्या.) गेल्या दोन हजार वर्षांत असा विक्रम झाला नाही आणि होणार नाही आणि होणं शक्यही नाही. (टाळ्या.) फक्त समाजवादी समाजवादातच असा विक्रम शक्य होतो. (टाळ्या.) हा विजय सत्पक्षाच्या तत्त्वज्ञानाचा वगैरे नसून समाजवादी समाजवादाच्या तेजस्वी तत्त्वज्ञानाचाच हा आजचा विक्रम म्हणजे प्रचंड विजय ठरणार आहे असं आम्ही या देशातल्या पलायनात्मक शेपूटवादी आणि नफेखोर संधिसाधूंना बजावण्याची संधी घेतो.
(नाथ पाटलांकडे वळून पहातो. घोषणा. टाळ्या. नाथ पाटलांचे मख्ख. मुलायम स्मित.) कॅडिलॅक गाड्यांमधून बड्या भांडवलवाल्यांकडे पार्ट्या झोडीत फिरल्यानं माणसं उडत नसतात. त्यासाठी संघटनात्मक क्रांतीकारक शक्ती लागते. कॉम्रेड हनुमंत अनंत यांच्या उड्डाणामागे आमच्या सव्वासात कोटी श्रमिकांची पोलादी एकजूट उभी आहे, हे या कंपूने विसरू नये. (प्लेनवालांकडे पहातो. त्यांचा चेहरा काळ्या चष्म्याआड निर्विकार. टाळ्या.) तुम्ही नोकरवर्गासाठी चार चिल्लर सोयी करता आणि त्याला गो–अहेड म्हणता; पण हजारो श्रमिकांना पिळून तुम्ही करोडोंचा नफा मिळवता त्याचं काय? आम्ही म्हणतो, हाल्ट! डोण्ट गो अहेड! आम्ही या कंपूला बजावतो की याद राखा, समाजवादी समाजवादाच्या आमच्या श्रमिकाच्या वाटचालीआड याल तर आमचा श्रमिक आपल्या पोलादी एकजुटीच्या जोरावर तुम्हांला देखील एक दिवशी असाच वर उडवून दिल्याशिवाय रहात नाही.

[टाळ्या–घोषणा.]
तीन ताड बारा हात – लाल झेंडे की जय! (खाली बसतो.)
[अ.ह. पिंजऱ्यात आता अगदी अंग चोरून बसला आहे.]

ध्वनिक्षेपक : शांत रहा, शांत रहा! सायलेन्स प्लीज! शांततेला पैसे पडत नाहीत. यानंतर (स्तब्धता) अगदी लौकरच विक्रमवीर उड्डाण करतील. यानंतर महर्षी बंडो आवाजी धुर्ये अध्यक्ष म्हणून आशीर्वादात्मक भाषण करतील आणि उड्डाणाचा कार्यक्रम सुरू होईल. महर्षी धुर्ये.
[दोघेजण महर्षी धुर्येंना धरून उठवतात. लटपटत धुर्ये उभे रहातात. त्यांच्या हनुवटीखाली एक स्टँड सरकवण्यात येतो; त्यामुळेच ते उभे आहेत. दुसरा कुणी तरी माइक आणून ठेवतो.]

धुर्ये : (प्रथम किंचित्काळ नुसतेच तोंड हलते पण शब्द ऐकू येत नाहीत. मग पिचक्या, कापऱ्या, केकाटल्या आवाजात ते प्रयत्नपूर्वक तोंड हलवून एकेक वाक्य फेकतात.) इथं का आणलं आम्हाला ठाऊक नाही. आम्हाला उचलून आणलं. अजून दंडात ताकद आहे. शेवटचे दोन दात परवा पडले. एकशेवीस जोर काढायचा. अर्धा शेर दूध धारोष्ण, पिस्तेबदामाचा खुराक, शरीरमाद्यं खलु धर्मसाधनम्... अलीकडल्या पिढीत दम नाही. सिगरेटी काय, चहा काय, सिनेमे काय, नाटकं काय, कादंबऱ्या, स्नोपावडरी... अध:पात. अलीकडल्या पिढीला आमचं आव्हान – (दमछाक.) आव्हान – (दमछाक.) आ — (उरलेला शब्द घशातच गुदमरतो. नुसतेच ओठ हलत रहातात. महर्षी मान टाकून लटलट कापतात. आता दोघेजण उचलून त्यांना खुर्चीत नेऊन ठेवतात. पाणी पाजतात. ताळूवर पाणी थापतात.

[गलका वाढू लागतो.]

दूरध्वनिक्षेपक : शांती! शांती! महर्षी धुर्ये यांची तब्येत चांगली आहे. अतीथकव्यानं त्यांना ग्लानी आली. आजच्या मुख्य कार्यक्रमाला यानंतर सुरुवात होते आहे. उड्डाण विक्रमासाठी तयार व्हा! या विक्रमाच्या वेळी प्रेक्षकांनी जागेवर बसून घ्यावं आणि शांत रहावं अशी त्यांना आमची आग्रहाची विनंती आहे. ज्या विक्रमाकडे सगळ्या जगाचे डोळे आणि कान या वेळी लागलेले आहेत तो विक्रम आता सुरू होत आहे. अठ्ठेचाळीस तास अखंड उड्डाणाचा न भूतो न भविष्यति मानवी चमत्कार यानंतर घडणार आहे! असा विक्रम पूर्वी झाला नाही. पुन्हा होणार नाही. यासम हा...

[सर्कससारखा बँड संथपणे वाजू लागतो. अनंताला यशवंता आणि देवराज पिंजऱ्यातून बाहेर आणतात. तो अंग चोरीत– नागवा असावा तसा – अनिच्छेनेच सर्वांपुढे येतो. मनस्वी बुजलेला, गोंधळलेला. त्याच्यावर प्रकाश झोत, टाळ्या, घोषणा. बँड जोरात सुरू होतो. गलकाही वाढतो. 'उडा! उडा!' च्या आरोळ्या. दूरध्वनीक्षेपकावरून विक्रमाबद्दलच्या घोषणा चालूच.]

दूरध्वनिक्षेपक : विक्रम चालू होत आहे – सावधान – सावधान – सर्वांनी बसून घ्यावं – जागा सोडू नका, चेंगराचेंगरी होईल – बसून – बसून घ्या–

[उडा! उडा! च्या वाढत्या आरोळ्या. अनंत बुजून उभा. त्याच्यावरच्या प्रकाशाला दिपतो आहे. यशवंता, देवराज त्याच्या कानांना लागतात. तो हात पसरतो पण ते गळतात. पुन्हा यशवंता त्याच्या कानाला लागतो. काहीतरी तावातावाने सांगतो. तसाच देवराजच्या कानाला लागतो.

देवराज आणि यशवंता पुन्हा अनंताच्या कानात काहीतरी

तावातावाने सांगतात. हाताने 'ऊड' म्हणून सुचवताहेत. यशवंता डेस्परेट.]

अनंता : (अंग जास्त जास्त चोरून घेत)
मी – मला – मला येत नाही उडता – मला – कधीच नव्हतं येत उडता – मी – मी – नाही कुणी – मी वीर नव्हे, फार क्षुद्र आहे मी – कारकून आहे कारकून, साधा – मला – मला फक्त जमलं तर हेड – हेडक्लार्क व्हायचं होत – तेवढंच – ते सुद्धा अवघड होतं.. (वळत) ही – ही सगळीच फार मोठी आहेत.. फार मोठी. फार ताकदवान – कर्तबगार – मी त्यांच्यापुढे कुणी नाही – मी क्षुद्र आहे. किडा आहे. जंतू आहे मी – यांच्या पायतळींच्या धुळीचा एक – एक कणसुद्धा व्हायची लायकी नाही माझी – अगदी नाही – मी फार फार क्षुद्र आहे. मला नाही येत काही, मला नाही येत उडता – (मट्दिशी खालीच बसतो.
[त्यासरशी अंगावर चौफेर जोडे, अंडी, चपला, कसल्या कसल्या साली, यांचा वर्षाव होतो. अनंत बचावार्थ मान गुडघ्यात खुपसून घेतो. व्यासपीठावर खळबळ. यशवंता, देवराज यांच्यात घबराट, धावपळ. प्रेक्षक समुदायात मोठा ओरडा. तो वाढतो. जणू जमाव व्यासपीठाकडे चालून येतो आहे. एकजण सूटकेससह हळूच व्यासपीठाच्या मागे येतो. देवराजशी कुजबूज. देवराम कुणाचे लक्ष नाही असे पाहून ती सूटकेस घेऊन शिताफीने निघून जातो व्यासपीठावरून. ओरडा वाढतो आहे. आणि यशवंताच्या बाजूने एकदम सुशीला हातात गोपाचे मुटकुळे धरल्या स्थितीत अनंताच्या समोर तरातरा येते. अंगांगात त्वेष.]

सुशीला : इकडे बघा! काय ठरवलंयत काय तुम्ही? फजिती करणार आहात सगळी? आयत्या वेळी घात करणार आहात सगळ्यांचा?

आणखी कुणाची नसली तर या अधू पोराची तरी ठेवा थोडी! अहो असे हातपाय गाळून मुर्दाडासारखे काय बसलायत? तुम्ही उडाला नाहीत तर काय होईल याची थोडी शुद्ध ठेवा! आमचं काय होईल, या पोराचं काय होईल? बाप आहात याचे! लुळापांगळा जन्म दिलायत याला – तुमचं हे पोर धडधाकट व्हावं असं नाही वाटत तुम्हाला? हे सुस्थितीत वाढावं, सुखात नांदावं असं नाही वाटत? कुठलं पाप केलं यानं म्हणून हे जिणं आलं याच्या नशिबाला? असले आईबाप आले? विष घालून मारून तरी टाकते याला म्हणजे सुटेल तरी बिचारा देवाघरचा अश्राप जीव! नि मी पण घेते कुठं तरी उडी! असल्या जिण्यापेक्षा ते परवडलं... ते! मग रहा खुशाल!

[अनंत इथे क्रमशः उठून उभा होतो.

यांत्रिकपणेच त्याचे हात पसरले जातात.

घरघरू हादरू लागतो.

बँड घाईघाईने सुरू होतो.

प्रेक्षकातला गलका ओसरत जातो आणि पहाता पहाता अनंत उडून जातो.

नव्याने गलका. घोषणा. टाळ्या. फटाके.

यशवंता बेहोषपणे नाचतो आहे. टाळ्या वाजवतो आहे. सुशीला हर्षभरित. गोपाला छातीशी कवटाळलेले. वर पहाते आहे अनंत गेला तिकडे.

प्रेक्षकात जल्लोष.

आणि अंधार.

पडदा सरकत खाली येतो.

पडद्यापुढे रांगेने चौघेजण उघडी वृत्तपत्रे वाचत प्रवेश करतात. रांगेने उभे रहातात. जो तो दुसऱ्याच्या वर्तमानपत्रात डोके

घालून एकेक बातमी मोठ्यांदा वाचतो.)

एक : 'विक्रमवीरांची तब्बेत उत्तम : भूक नाही. अन्न नको म्हटले'

दुसरा : 'सात तासात दोनशे पंचवीस मैल अंतर कापले : हवेमुळे डोळे सारखे गळतात.'

तिसरा : 'चोवीस तास उलटले : घारीच्या हल्ल्याने किरकोळ जखमा : झोप नाही : गारठा वाढता पण खाली यावेसे वाटत नाही – विक्रमवीर अ.ह.कु.'

चौथा : समारंभांत फेकलेल्या जोडे वहाणांचा लिलाव : एका हौशी धनिकाने आपलाच फेकलेला जोडा दोन हजार रुपयांना विकत घेतला : उड्डाण सुरळीतपणे चालू.

तिसरा : विक्रमवीरांच्या टोलेजंग स्वागतार्थ सांताक्रूझ विमानतळावर जय्यत तयारी : यशस्वी एकेचाळीस तास.

दुसरा : रशियाचे निमंत्रण : अमेरिकन शास्त्रज्ञ भारावले.

पहिला : कुटुंबीयास उत्सुकता : ब्रेबॉर्न स्टेडियमवरचे एक हृदयस्पर्शी दृश्य.

[चौघेही रांगेनेच आत निघून जातात आणि पडदा वर जातो. उजेड होतो तेव्हां ओसाड ब्रेबॉर्न स्टेडियम. आधीचाच देखावा. ओकेबोके व्यासपीठ. रिता पिंजरा. कर्ण्यावाटे कॉमेंट्री ऐकू येते आहे. ती ऐकत असलेली अनंताची माणसे दिसतात. सुशीला, मंदा, विमल आणि यशवंता. स्वागतसमारंभार्थ सगळी सज्ज. फक्त यशवंता उदास दिसतो.]

कॉमेंटेंटर : (गोंगाट गलबल्यासह) अठ्ठेचाळीसावा तास उलटायला फक्त पाच मिनिटं उरली आहेत – फक्त पाच मिनिटं – जगाच्या सर्व भागातली कोट्यवधी माणसं त्या क्षणाची आतुरतेनं वाट पहात आहेत – सांताक्रूझ विमानतळावर हजारो लोक तो क्षण याची देही याची डोळा पहाण्यासाठी जमावानं जमले आहेत.

नजीकच्या हॉटेलमध्ये विक्रमवीर कुलकर्णींची प्रेमळ पत्नी, दोन सुकुमार कन्या आणि पुण्यशील वयोवृद्ध मातु:श्री त्यांची आतुरतेनं डोळ्यांत प्राण आणून वाट पहाताहेत. हे उड्डाण अपूर्व आहे.. भारताच्या पंतप्रधानांनी या उड्डाणाचा उपयोग जागतिक शांततेसाठीच व्हावा अशी सदिच्छा व्यक्त केली आहे... जगातल्या थोर थोर शास्त्रज्ञांनी या विक्रमानं शास्त्रात होणारी मूलभूत क्रांती मान्य केली आहे.. या विक्रमानं दैवी शक्तीचं अस्तित्व बुद्धिवाद्यांनाही नि:संदिग्धपणे मान्य करावं लागेल असं मॉस्कोच्या ॲकेडेमी ऑफ सायन्सेसचे प्रो. आयव्हानोविच यांनी बुडापेस्टमध्ये सांगितलं.. खास आदेशावरून त्यांचा दौरा अर्धा टाकून त्यांना तात्काळ मॉस्कोला परतावं लागलं आहे असं समजतं.. नॉर्वेच्या अणुसंशोधन विभागाचे प्रमुख प्रोफेसर झुइश...

सुशीला : (पाणावल्या डोळ्यांनी) यशवंता, फक्त पाचच मिनिटं! (यशवंता गप्प.)

विमल : अय्या, अप्पांचे केवढे सन्मान होतील नाही मग? आपले सगळ्यांचे फोटो येतील मग छापून; अप्पांबरोबर!

मंदा : (चष्मा वर खाली करीत) मला फक्त आपले अप्पा एकदाचे खाली यायला हवेत.

कॉमेंटेटर : गेल्या दोन तासात विक्रमवीरांकडून संदेश आलेला नाही; तथापी विमानदलाच्या टेलेफोटोप्रमाणे त्यांचे उड्डाण सुरळीतपणे चालू आहे: गेल्या तीन तासांत त्यांनी अधिकाधिक उंची घेण्याला सुरुवात केली असून अद्याप ते उंचच जात आहेत.. पुन्हा एकदा आता आम्ही त्यांच्याशी बोलण्याचा प्रयत्न करतो आहोत. (थांबून) हॅलो विक्रमवीर कुलकर्णी, आम्ही तुमच्या स्वागतार्थ सज्ज आहोत. (घरघर – शांतता.) तुमची मन:स्थिती

कशी आहे? (घरघर. शांतता.) हॅलो कुलकर्णी, आम्ही विचारतो आहोत, केवळ पाचच मिनिटं बाकी असताना या तुमच्या अभूतपूर्व जागतिक विक्रमाबद्दल तुम्हाला काय वाटतंय? अभिमानानं तुमचं ऊर भरलंय की जबाबदारीच्या जाणीवेनं मन भारावलंय? हॅलो (घरघर. शांतता.)

मंदा : काहीच उत्तर देत नाहीत अप्पा!

सुशीला : (उतावीळ न सामावून उठून उभी रहात) लौकर संपत का नाहीत ही पाच मिण्टं यशवंता? (तो गप्पच.)

विमल : आता चारच मिनिटं उरली. मी – मी – काही नाही, तयारच तर आहे मी! नकोसा वाटतोय अगदी वेळ! साडी बरी आहे ना ग माझी, मंदे?

कॅमेंटेटर : हॅलो, विक्रमवीर, तुम्ही उत्तर का देत नाही? हॅलो..

सुशीला : का ग उत्तर नाही देत हे?

विमल : अग उतरायच्या गडबडीत नसतील वाटतं अप्पा! प्रवासात उतरायचं म्हटलं की त्यांची केवढी धांदल! अग विमले, तो होल्डॉल माझ्या कडनं घ्यायचा बरं का उतरल्यावर लगेच खिडकीतनं – हमालावर विसंबून रहाण्यात अर्थ नाही – स्वावलंबन! मंदे तू ट्रंक घ्यायचीस – अहो गोपाला घट्ट धरा – गाडीच्या हिसक्यानं पडायचा पोर हातनं – तांब्या घेतला का? तांब्या? आणि माझी छत्री? – माझी छत्री कुठे गेली? मिळाली! पिशवी दिसत नाही – आहे ना? हा, थांबा, थांबू द्या गाडी आधी, मग उतरा – घाई करू नका – पोराला घट्ट धरा हो–

[सुशीला गहिवरलेली या आठवणीने.]

कॉमेंटेटर : अद्याप ते वर जातायत. हॅलो विक्रमवीर कुलकर्णी. हॅलो – आपण आता खाली येऊ लागलं पाहिजे – वेळ सरत आली

आहे – यश फक्त तीन मिनिटं आणि सतरा सेकंदांवर ठेपलं आहे – प्रवास संपत आलाय – हॅलो श्रोत्यांनी स्वागताची तयारी ठेवावी – ते उतरल्याचं आम्ही जाहीर करताच घरोघर आणि रस्तोरस्ती आनंदोत्सव झाले पाहिजेत – सरकारनं सन्मानदर्शक पदवीदानाचा विशेष सोहळा आयोजित केला आहे. भारतीय विमानदलातर्फे या अद्भुत उड्डाणवीराला मानाची सलामी देण्यात येईल. जगातल्या प्रमुख राजधान्यातून त्याचे सत्कार होतील. युनोच्या आमसभेपुढं या महामानवाला सन्मानपूर्वक पाचारण करण्यात यावं आणि आपले दिव्य अनुभव सांगण्याची संधी दिली जावी असा ठराव सोळा तटस्थ राष्ट्रांचे प्रतिनिधी आमसभेपुढे आणणार आहेत – हॅलो कुलकर्णी – हॅलो – हॅलो –

[शांतता. अंतराळातला एकच एक घुमारा.]

कुलकर्णी, स्टार्ट डाऊनवर्डस् नाऊ... खाली उतरू लागा– विमानतळावरून कुलकर्णींना सूचना देण्यात येत आहेत.. परंतू अद्याप ते उंचच जात आहेत.. अधिकाऱ्यांच्या सूचना त्यांच्यापर्यंत पोचत नाहीत काय? बिनतारी संदेश यंत्रात बिघाड आहे काय? आता फक्त दीड मिनिट उरलं आहे. एक मिनिट आणि एकोणतीस सेकंद – अठ्ठावीस सेकंद – सत्तावीस–

विमल : (टाळी पिटून) फक्त दीड मिनिट! (स्वत:ला शर्थीने आवरते आहे.)

कॉमेंटेटर : काहीतरी विलक्षण घडतंय – (थांबतो बोलायचा.) फारच आश्चर्यजनक आहे सर्व (थांबतो) गोंधळात पडण्यासारखं घडतंय सर्व – ते – (पुन्हा थांबतो.)

[तिघीही उठून उभ्या.]

कुलकर्णी वारंवार सूचना देऊनही अद्याप खाली येत नाहीत..

ते वरच जाताहेत.. ते खाली येत नाहीत. ते वरच जाताहेत...

सुशीला : पण का?

[मंदा आणि विमल गप्प. यशवंता स्थितप्रज्ञ.]

कॉमेंटेटर : थांबा – हे फारच अस्वस्थ करणारं आहे. ते थांबत नाहीत, ते उतरत नाहीत – ते फार वर गेले आहेत – आता त्यांना निर्वाणीचे संदेश दिले जात आहेत – विक्रमाच्या पूर्तीचा क्षण केवळ सतरा सेकंदांवर आला आहे – केवळ सतरा सेकंद – थांबा! ते उलट संदेश देऊ बघताहेत..

[अंतराळातला एकच एक खोल, पोकळ घुमारा.]

हॅलो – हॅलो – विक्रमवीर अनंत हनुमंत कुलकर्णी – हॅलो, काय संदेश आहे तुमचा? हॅलो–

[शांतता. तिघींनी रेडियोशी कान नेलेले.]

काय संदेश देताय तुम्ही? हॅलो –

[तोच घुमारा. मग अनंताचा क्षीण आवाज]

अनंता : मला खाली यावंसं वाटत नाही.. पण मी खूप थकलोय.. मला शांतता हवीये–

कॉमेंटेटर : हॅलो कुलकर्णी – कुलकर्णी – आम्ही सर्व व्यवस्था केली आहे तुमच्यासाठी – तुम्हांला भरपूर शांतता देऊ – थाटाचे सत्कार करणार आहो आम्ही तुमचे इथं – घरोघर आणि रस्तोरस्ती आनंदोत्सवांची जय्यत तयारी आहे – तुमच्या मुलाखती घेण्यात यायच्यायत. चरित्रं लिहिली जायचीयत. तुम्हाला सरकार खास समारंभानं पदवी देणार आहे. देशादेशांतून तुम्हाला पाचारणं येणार आहेत, तुमच्यावर चित्रपट निघणार आहेत – खाली या– खाली या–

अनंता : मला नाही यावंसं वाटत खाली.. वर जावंसं वाटतंय, वर.. आणि मी फार फार थकून गेलोय.. भयंकर.. फार भयंकर आहे

सगळं खाली.. फार भयंकर आहे.. माझा गोपा कसा आहे? माझी सुशीला, माझ्या पोरी.. माझी आई.. ती कशी आहे?

सुशीला : तुमचीच वाट पहातोय हो आम्ही.. तुमचीच.. तुम्ही आधी खाली या! आमच्यात या हो! मला बघू दे तुम्हाला..

मंदा : आई गप! ऐक ना..

अनंता : मला उतरता नाही येत. थांबणं जमत नाही.. वरच जातोय मी.. ओढ लागल्यय वरचीच.. खूप वर आलोय मी.. किती वर! इथून सारं किती छोटं वाटतयं.. पृथ्वी दिसतेय मला.. एखाद्या – एखाद्या पानाएवढी!

सुशीला : (धसकून) अग आई ग!

मंदा : गप ग आई..

अनंता : किती वाजले आहेत? रात्र आहे की दिवस आहे? कुठला प्रहर? कुठलं साल हे, कुठला महिना, कुठला वार? माझं घर कुठाय? माझी माणसं.. माझी माणसं.. मला काहीच दिसू शकत नाही, मला थांबता येत नाही.. मी फार फार थकलोय... अंग नुसतं आंबून गेलंय, डोळे जळतायत... कोरड पडल्यय... मला विश्रांती हवीय.. माझ्या वर सारं अवकाश आहे. भोवती अवकाश आहे. खाली अवकाश... अनंत, अथांग, त्यात ते टीचभर पान... ग्रहगोलांच्या अवाढव्य पसाऱ्यातला केवळ एक तपशील... पृथ्वी... त्या टीचभरच पानावरच्या नखाएवढ्या देशात अणूएवढ्या शहरात परमाणू–एवढ्या भागात... माझं एक छोटं–छोटंसं परमाणूच्या किती बरं? अगदी एक लक्षव्या भागाएवढं... की आणखी लहान? की आणखी क्षुद्र? घर... त्यात माझी आई माझी वाट बघत असेल... माझी बायको... माझी पोरं...

सुशीला : नका हो बोलू असं!

अनंता : माझा गोपा मला पहावासा वाटतो... मी अभागी बाप... दुष्ट... मी त्याला जन्म दिला तो लुळ्यापांगळ्या मांसाच्या गोळ्याचा... फक्त रडू शकणारा मांसाचा गोळा... कसली तरी तक्रार जणू ईश्वराघरी दिवसरात्र करणारा... दाद मागणारा... मला सहन होत नसे ते – आता कदाचित् तो धडधाकट बनेल... डॉक्टरांच्या उपचारांनी, ऑपरेशनांनी – चार पोरांसारखा तो पोर खेळू बागडू लागेल. हसू रुसू लागेल – आणि – आणि मी – मी करंटा... मला ते दिसणार सुद्धा नाही... पण त्याला पुढं मागं कळू सवरू लागल्यावर – कुणी तरी एवढं सांगा की म्हणावं... म्हणावं प्राणाच्या – मोलानंही विकण्यासारखं नव्हतं असं – असं काहीतरी फार फार मौल्यवान्, फार मोठं, फार दिव्य – तुझ्यासाठी – फक्त तुझ्यासाठी मोडीच्या मोलानं विकलं तुझ्या बापानं... तू खेळावास, बागडावास, म्हणून... देवाघरचं हे फूल फुलावं, डुलावं म्हणून... त्याच्या आईला म्हणावं, तिला म्हणावं की... पण तिला काय सांगू मी? कोणत्या तोंडानं तिचं सांत्वन करू? तिच्या दृष्टीनं फार फार नालायक ठरलो मी.. या जगाचा व्यवहार मात्र कधी उमगलाच नाही– हे कोडं– हे कधी समजलंच नाही – माणसं का वाईट? का दुष्ट? का कठोर? का संकुचित? का सुंदर ते सारं विद्रूप करू बघणारी, उंच ते धुळीला मिळवणारी– लहान ते चिरडून टाकणारी.. एकमेकांचं रक्त काढणारी... आता थोडंसं समजतंय पण मला खाली येताच येत नाही, मला मागे फिरता येत नाही.. भीती वाटते केवढी तरी... पुन्हा तेच सगळं, तसंच... अंग आसावलंय जरा उसंतीसाठी पण उसंत नाही..

सुशीला : तुम्ही खाली या... खाली या...

अनंता : मी फार फार वर आलोय... खालची वाट कुठेच आढळत

नाही... तो एकदा भेटायला हवा होता मला – तो – मी पैशांऐवजी बिलाचं पाकीट दिलेला – त्या शेवटच्या वेळी तो दिसावा म्हणून त्या पिंजऱ्यात तळमळत होतो मी, तडफडत होतो... पहात होतो, शोधीत होतो. डोळ्यात प्राण आणून...

विमल : अप्पा खाली या!

मंदा : अग ऐकू कुठं जाणाराय तुझं?

विमल : नको जाऊ दे! मला नाही ग ऐकवत!

अनंता : आता का कुणास ठाऊक... पण शांत वाटतंय... भोवती सारं शांत आहे... पृथ्वीवर असताना अपमानांनी, मानहानीनं, आपल्याच अपुरेपणाच्या जाणिवेनं कळवळलो म्हणजे रात्री एकटाच उशीत तोंड खुपसून खूप रडून घ्यायचा मी... अश्रू आटेपर्यंत रडून घ्यायचा... आणि मग वाटत असे तसं आता वाटतंय... तसं शांत, हलकं, बरं... मला आता खरंच बरं वाटतंय... आठवणी अस्पष्ट होतायत... कुणी तरी मेंदूच्या आतून मायेचा हात हलकेच फिरवून जशा पुसून टाकतंय त्या... कोण आहे मी? मी कुठं चाललोय? कुठनं आलो? हे सारं काय आहे? मला – मला शब्दही सुचेनासे होतायत– मला – मी – मी

[शांतता – अंतराळातला पोकळ, खोल घुमारा. फक्त तेवढाच.]

कॉमेंटेटर : हॅलो – हॅलो अनंत हनुमंत कुलकर्णी – हॅलो – हॅलो विक्रमवीर – हॅलो – हॅलो – (थांबून) हॅलो – जबाब मिळत नाही... वरून संदेश बंद पडले... विक्रमाची वेळ टळून गेली आहे. अठ्ठेचाळीस तास उलटले आहेत. वरून जबाब नाही – हॅलो...

सुशीला : (शोकावेगाने) मंदे ग! (मंदाच्या गळ्यात पडते. मंदा कोरडेपणानेच तिला थोपटते. विमल मंदाला बिलगते. सुशीला स्फुंदते आहे.)

म्हातारी : (येऊन इतस्ततः वेडसरपणे फिरते आहे – ती एकदम) अगो

अन्ताच ना गो बोलत होता तो? आत्ता? माझा अन्ताच गो तो... (जाऊन रेडिओलाच कुरवाळीत रहाते.)

कॉमेंटेटर : विक्रमवीर कुलकर्णी विमानतळावरून संदेश पाठवण्याच्या कक्षेपलीकडे निघून गेले आहेत – जागोजागच्या बोटींना, विमानांना आणि विमानतळांना त्यांच्या शोधात रहाण्याचे संदेश दिले जात आहेत – पोलिसांना हुशियारचे इशारे पाठवले जात आहेत. लष्कराचं आणि नौदलाचं साहाय्य मागवण्यात आलं आहे. कुलकर्णी यांचा वाटणारा एकदा अवशेष देखील कुणाला सापडेल त्यानं नजिकच्या पोलीस ठाण्यावर त्याची वर्दी द्यावी. सत्कारसमारंभ रद्द करण्यात आले आहेत. सगळं जग दुःखात...
[यशवंता चिडून सणक उठावी तसा उठतो आणि तो कर्णा निकामी करतो. तडफडतो आहे.]

यशवंता : सगळं जग दुःखात बुडालंय. सगळं जग माझ्या तोंडात शेण घालतंय, थुंकतंय माझ्या थोबाडावर – पण मी तरी काय, सर्वांसारखाच! वरच्या पायरीवाल्यावर जळणारा नि त्याचीच नक्कल करणारा खालची पायरीवाला! वरच्या पायरीच्या माझ्या हट्टापायी घालवलं मी त्याला वर – त्याला उबग यावा असा विक्रा करून त्याच्या जीवाचा, आत्म्याचा, त्याच्या दैवी शक्तीचा! मी बाजार मांडला त्या भल्या जिवाचा – जिवंतपणी मेलेल्या माणसाचा मांडतात ना – तिकडे – खिडक्या खिडक्यातून – तसा! दैवी इच्छेचं दुकान केलं मी आणि दैवी इच्छेनं उलट मला शिकवला धडा – फार महत्त्वाचा – ज्याची त्याची पायरी ज्यानं त्यानं ओळखावी! आता उरलो पुन्हा होतो तसाच, तितकाच भणंग – फक्त काही लाख जास्त – ते त्या संभावित चोराकडे, राजा देवकडे – नि त्या चोराच्या पाठीवर पोलीस नि करवसुली अधिकारी! आणि एक माणूस कमी – एक भला

माणूस. (गळून बसतो.) आता बसा यशवंतराव पुन्हा पूर्वीसारखेच कर्मदरिद्री. दिवसा स्वप्नं पहात, आकड्यांची.

[पंढरपूरकरबुवा संथपणे रंगमंचावर येतात. हळूच डोळे निपटतात उपरण्याने.

मागे पडदा सावकाश खाली येतो. अनंताचे कुटुंब झाकले जाते.]

बुवा : (मागे पडदा खाली येईपर्यंत वाट पाहून जरा घोगऱ्याच आवाजात) बरे आहात ना देवा?

देव : (अदृश्य राहून) जसा असायचा तसाच. का? काय झालं?

बुवा : नाही. खेळ समाप्त झाला म्हणून मत विचारलं. चोखंदळ.

देव : या प्रकारचे खेळ जसे असायचे तसाच हाही होता.

बुवा : याला म्हणतात काळीज!

देव : याला म्हणतात विधिलिखित – काळजाचा संबंध काय यात?

बुवा : खरं आहे! या दैवी व्यवहारात काळीज आहेच कुठे? सगळा रोखठोक मामला! पण देवा, या तोंडून मात्र श्रद्धाबळाची पोटार्थी पोपटपंची पुन्हा पूर्वीच्या अस्खलितपणे निघायची नाही! शब्दांऐवजी आवंढेच दाटतील घशात दगडासारखे घट्ट नि जीभ वळेल आतल्या आत शरमून, आपली आपल्यालाच! काळजात तुटेल...

देव : आणि कीर्तन किंचित् अडखळून पुढे चालू होईल– जणू काही झालंच नाही असं! कारण हे तुझं विधिलिखित आहे. एका पोटार्थी माणसाचं. पंढर, तू पुन्हा विसरलेला दिसतोस, घरी लौकर पोचायला हवं तुला – नाही तर मी बरा अशी निघेल तुझी –जळ्ळा काय हा उशीर का थट्टा–

[बुवा घाईघाईने चालू लागतात. त्यांच्या स्वतंत्र जागेपर्यंत येऊन मध्येच थांबतात. वळतात. मागचा पडदा पडलेला.]

बुवा : देवा – देवा (जबाब नाही.) मी स्वप्नात आहे का जागृतीत?

घडलं हे खरं की खोटं? देवा, अहो बुद्धिवादावर टिकणारं नव्हे हे–

(उत्तर नाही. प्रेक्षकांकडे पाहून) पुंडरीक वरदा हारि विठ्ठल. बोला ज्ञानेश्वर माउली की जय. असं हे अनंत हनुमंताचं आख्यान. यापासून बोध काय घ्यायचा? (खांदे उडवून) ज्याला जो होईल तो त्याने घ्यावा – बोध हा घ्यावा तसा आहे – पण एक बोध शेवटी खरा – ('धन्याचा' इथे वर बोट दाखवून ईश्वराचा; आणि 'माल' शब्दाला स्वत:चा निर्देश करून) —

फोडिले भांडार धन्याचा हा माल, मी तो हमाल भारवाही–

(नामाचा गजर करीत जात असता)

[अंक तिसरा समाप्त.]

■

* 9 7 8 8 1 7 1 8 5 8 8 5 9 *

FCW - #0007 - 061026 - C0 - 216/140/7 - PB - 9788171858859 - Matt Lamination